மறைக்கப்பட்ட உண்மைகளும் உணர்வுகளும்

நூலாசிரியர்

இளம் பாரதி. மு. சிதரத்துல் முன்தஹா

தொகுப்பு
ஒலி எழுப்புத் தோழமை

மறைக்கப்பட்ட உண்மைகளும் உணர்வுகளும்
சிறுகதை
ஆசிரியர் : இளம் பாரதி.மு.சிதரத்துல் முன்தஹா 2022 ©
முதல் பதிப்பு : செப்டம்பர் 2022
வெளியீடு : ஏலே பதிப்பகம்
5/175, பாத்திமா நகர், கூத்தென்குழி,
திருநெல்வேலி - 627104
தொடர்புக்கு : +91 9944992571

Maraikkapatta unmaikalum unarvukalum
Short Story

by Izham Bharathi.M.S.Sitharathul mundhaha 2022©
First Edition : September 2022

ISBN : 978-93-5533-311-7
Aelay Publish
Contact : +91 9944992571
Designed by : Aelay publish team

என்னுரை

கவிதாயினி.மு.சிதரத்துல் முன்தஹா
M.Com.,M.B.A.,D.S.S.M., D.P.S
அருப்புக்கோட்டை,
விருதுநகர் மாவட்டம்

எல்லாப்புகழும் இறைவன் ஒருவனுக்கே ,
உலகெங்கும் அன்பு பரவட்டும்.

அனைவருக்கும் வணக்கம்!..

உலகத்தின் உயிர்கள் அனைத்திற்கும் இங்கு உணர்வு என்பது உள்ளது. ஆனால் அதற்கான மதிப்பானது இங்கு அனைவருக்கும் கொடுக்கப்படுவது இல்லை. இங்கு சில உணர்வுகள் உணர்வுகளாகவே மதிக்கப்படுவதில்லை. சமூகத்தின் பல பிரச்சினைகளுக்கு காரணம் நிச்சயம் ஏதோ ஒரு சிறிய சிறிய காரணத்தினால் தொடங்கிய தாகவே இருக்கும். அப்படிப்பட்ட இந்த சமூகத்தில் வெளியே சொல்லக் கூட இயலாமல் எத்தனையோ துன்பங்கள் மறைக்கப்பட்டு கொண்டிருக்கிறது. அந்த வலிகளையும், உணர்வுகளையும் இந்த சமூகத்திற்கு புரிய வைத்துவிட முடியாதா? என்ற எண்ணத்துடன் இந்தப் புத்தகம் எழுதப்பட்டுள்ளது. இதன் மூலமாக சமூகத்தில் கண்டுகொள்ளப்படாத சில மனிதர்களின் மனநிலையை விளக்குவதே இந்த சிறுகதை புத்தகத்தின் நோக்கமாகும்.இங்கு அனைவரும் சமமே. சூழ்நிலைகளே அவர்களை குற்றவாளியாக மாற்றுகிறது.

என்றும் அன்புடன்,
கவிதாயினி.மு.சிதரத்துல் முன்தஹா

வாழ்த்துரை

சமூக அக்கறை, பெண்களின் முன்னேற்றம், ஆண் ஆதிக்கம் முதலியவற்றில் தன் கருத்துக்களை படிக்கும் காலத்திலேயே அழுத்தமாகவும் ஆழமாகவும் பேசக்கூடியவர் செல்வி.மு.சிதரத்துல் முந்தஹா. அவர்களுக்கு என்னுடைய வாழ்த்துக்கள். சித்து அவர்கள் பலவித உணர்ச்சிகளை வெளிப்படுத்தும் விதமாக பல கோணங்களில் இந்த சிறுகதை புத்தகத்தை எழுதியுள்ளார். "மறைக்கப்பட்ட உண்மைகளும் உணர்வுகளும்" என்கிற இந்நூலில் வெளியில் சொல்ல முடியாத பல உணர்ச்சிகளையும் எண்ணங்களையும் தனக்கே உரிய சிறுகதை வடிவில் எழுதியுள்ளார். அவர் என்னுடைய மாணவி என்பதில் எனக்கு மிகப்பெரிய பெருமை!மேலும், அவரின் எழுத்துப்பணி சிறக்க என் மனமார்ந்த வாழ்த்துக்களை தெரிவிப்பதில் மட்டற்ற மகிழ்ச்சி அடைகிறேன்!

என்றும் புன்னகையுடன்
முனைவர்.வீ.ஆனந்த்

காதல் கண் கட்டுதே

ஊரெல்லாம் காதலர்கள் இருக்க தடையா விதிக்குது உலகமிங்க!

வீட்டை சுற்றியுள்ள சாலைகளில் கார்களும், இரு சக்கர வாகனங்களும், ஏன் சிலநேரம் கனரக வாகனங்களும் கூட சத்தத்தோட வீட்டை சுத்தி போய்க்கொண்டே தான் இருக்குது. இதோடு சேர்த்து நம்ம நாகமும் அவளோட வாழ்க்கையே ஒட்டிட்டு இருந்தா. கொளுத்துற வெயில் காலத்துலயும் சுட்டெரிக்கிற சூரியனுக்கு மத்தியில சோனு பெய்யுது வெளியில கோடை மழை. வெயிலுல மழை பெய்யவும் வெக்கயக் கிளப்புதுங்க அவளோட வீடு. வெக்கைய போக்க கதவை திறந்தா அவ. திடீரென கதவுக்குப் பின்னாலிருந்து ஒரு முகம் அவளுடைய முகத்துக்கு முன்னாடி ஒரு அடிக்கும் குறைவான இடைவெளியில் நிக்குது. நெஞ்சு படபடக்க என்ன செய்யணும்னு தெரியாமல் வேகமா துடிக்கிற இதயத்தோட சத்தம் வெளியில கேட்க அப்படியே உறைந்து போய் நின்றா

நாகா. சிமிட்டாத கண்ணை சிமிட்டாமல் பார்த்த முகம், நான் பக்கத்து வீட்டுக்கு புதுசா வந்துருக்கேன். சாவி உங்ககிட்ட தான் இருக்குன்னு முதலாளி சொன்னாரு. கொஞ்சம் தாரீங்களானு கேட்டது. உடனே கோமாவில் இருந்து வெளிய வந்த மாதிரி ஆச்சரியம் தெளிஞ்சு சரினு கண்ணை சிமிட்டினா அவ. சாவிய கையில கொடுக்கும் போதே மனசையும் கொடுத்துட்டா நாகா. குடும்பத்தை தூக்கி சுமந்த மனச தூக்கி கொடுத்துட்டு குட்டி போட்ட பூனையா அங்கயும் இங்கேயும் அலமோதின. கனவுகளுக்காக மட்டுமே ஓடிக்கொண்டிருந்த அவளோட கால்கள் முதல்முறை காதலுக்காக ஓடுகிறது. தன்னையும் அறியாமல் தன் சிந்தனை முழுவதும் அவனையே சுமக்கிறாள் அவள். சிகையின் அலங்காரம் மாறுகிறது, பெண்மையின் பாவனைகளும் மாறுகிறது. நேரம் ஆக ஆக ஒவ்வொரு நாளும் அவனை நெருங்க தொடங்குகிறாள் அவள். திடீரென்று ஒருநாள் அவளும் அவனும் எதிர்பாராத நிலையில் தனிமையில் சந்திக்கின்றனர். அவளின் கண்கள் அவனை மட்டுமே பார்க்கிறது. அவனுடைய கால்கள் அவளை நோக்கி முன்னேறுகிறது. பின் நின்று வேடிக்கை மட்டுமே பார்த்துக் கொண்டிருந்த சுவரின் மீது அவளின் முதுகு சாய்ந்து. அவனின் கால்கள் முன்னோக்கி எடுத்து வைக்கப்பட்டன. இருவரின் கண்களும் ஒன்றோடு ஒன்று நேருக்கு நேர் சந்தித்தது. இருவரின் நெருக்கமும் இன்னும் நெருங்கியது. அவனின் கைகள் அவளுடைய தோள்களை தழுவியது. அவர்களின் சூடான மூச்சுக்காற்று அவர்களின் முகங்களில் மீது பட்டன. மனதில் தடுமாற்றத்தோடு அவள் தன் கண்களை மூடிக்கொண்டு நெருக்கத்தின் உணர்வை உணர்ந்தால். சட்டென தன் கனவுகளின் எண்ணங்கள் மனதில்

தோன்றவே மூடிய கண்களை காளியைப் போல் விழித்தாள். சிந்தை மறந்த அவளின் அறிவு உண்மையை உணர்ந்தது சட்டென அவனை பின்தள்ளி இது அனைத்தும் வயதின் தடுமாற்றமே என்று உணர்ந்தாள். சிந்தை தெளிந்து அவள் சிரத்தை நிமிர்த்தி தன் கனவை நோக்கி ஓட ஆரம்பித்து விட்டாள்.

இளம் வயதில் உள்ள நீங்கள்?

அவளின் ஏக்கம்

குறுகுறுன்னு தன்னோட முட்ட கண்ண உருட்டி எதையோ காணாததை கண்டது போல பாத்துட்டு இருந்தா அனு. கண்ணு சிமிட்டாமல் பார்த்துட்டு இருந்தா அவ முகத்துல மெல்ல மெல்ல கன்னம் சிவந்தது வெக்கத்துல தலை குனிஞ்சி அவன் மறுபடியும் படக்கென தலையை நிமிர்ந்து பார்த்து புது பொன்னாட்டம் வெக்கப்பட்டா அனு. என்னன்னு எட்டி பாத்தப்ப புதுசா கல்யாணமான தம்பதி ஒன்று கொஞ்சி குலாவி அது அவள் ஜன்னல் வழியே தெரிஞ்சது இதைப் பார்த்துட்டு தான் அவமானத்தில் வெட்கப்பட்டு சிரிச்சுகிட்டே தன்னோட ஜன்னல் கதவை மூடிட்டு மனக்கதவை திறந்து தன்னோட பழைய நினைவுகள சிந்தனையில அசை போட்டா. அம்மா மல்லிப்பூ முல்லைப்பூ பிச்சி போன ரோட்டில கூறிவிட்டு போனை பூக்காரன் பூவே நில்லுங்கனு தன்னோட குரல் அல்ல ரீங்காரமிட்டாள் பூக்காரன் கிட்ட போய் மணக்குற மல்லிகை நூறு கொடுங்கன்னு கேட்டா அதைக் கேட்ட

பூக்காரன் சிரிச்சுகிட்டே பூ வந்து கொடுத்தான் வாங்குன பூவை எடுத்து விட்டு வேகமா வந்து வீட்டுக்குள் புகுந்து கதவை பூட்டிட்டா. தான் மனசுல இருக்குற கனவுகள எல்லாம் ஒன்னா சேர்ப்பது போல வாங்கின பூவெல்லாம் கனவோடத் தொடுத்தா அவ. கந்தலுல கட்டின மல்லியா தன்னோட சிடுமூஞ்சி புருஷன் கூட சிரிச்சுட்டே 6 வருஷத்தை தள்ளிட்டா அவ. என்னவோ திடீர்னு உள்ளுக்குள்ள ஆசையோடு தன் புருஷனுக்காக பூவோட காத்திருந்தா அந்த ராத்திரி. தன்னோட கல்யாணத்துல கட்டியிருந்த சிவப்பு முகூர்த்த புடவைய கட்டி, கை நிறைய கண்ணாடி வளையல ஒலிக்கவிட்டு, தலைநிறைய அடுக்கடுக்காய் தொடுத்த மல்லிய அலங்காரமா தொங்கவிட்டு, வார்த்தையே இல்லாம பேசுற இரண்டு புருவத்துக்கும் நடுவுல பெரிய வட்டமாக குங்குமத்த வச்சு, உச்சி வகுடுல மீதிய தெளிச்சு, சுண்டி இழுக்கிற கண்ணுல கருமையான மையத் தீட்டி, கொஞ்சி பேசிர உதட்டுல சிவப்பு சாயத்தை பூசி, சொல்லித்தீரா அழகோட ஆசைய நெஞ்சில சுமந்து கதவோரம் காத்திருந்தா அவ. டம்மு டம்முனு கதவை உடைக்குற சத்தம் காதக் கிழிக்க புருஷனுக்காக காத்திருந்த நம்ம அணு வேகமாக கதவை திறந்தா. கண்விழிச்சு காத்திருந்த அவளுக்காமே ஏமாற்றம். யாரோ ஒருத்தன் குடிபோதையில தன்னோட வீட்டுக்கு பதிலா அவளோட கதவை தட்டிட்டு நின்றான். பார்த்த உடனே கண்ணை பறிக்கிற தங்கச் சிலையாய் நின்ற அவளைப் பார்த்து நீதான் வேணும் கிடைக்குமானு போதையில் உளறினான். வேகமாக கதவை இழுத்துச் சாத்திவிட்டு உள்ளே போனா அணு. நான் நாளைக்கும் இதே நேரத்துக்கு வருவேன் உன்ன பாக்கணும்னு சொல்லிட்டு, அவளோட அழகை

வர்ணிச்சப்படியே அந்த சத்தம் தூரமா போனது. கொஞ்ச நேரத்தில மீண்டும் கதவை தட்டுற சத்தம் கேட்டவுடனே அவனா இருக்குமோனு தடுமாற்றத்தோட கதவ திறந்தா. இவ்வளவு நேரமா காத்திருந்த அவளோட புருஷன் வழக்கம்போல தன்னோட சிடுமூஞ்சியோட வாசலுல நின்றான். தலைநிமிர்ந்து தங்கச்சிலை போல இருந்த தன்னோட பொண்டாட்டிய பார்த்து, கொஞ்சம் தள்ளி போறயா வீட்டுக்குள்ள எப்படி போறதுன்னு திட்டியபடியே உள்ள நுழைஞ்சா அவன். ஆசையா காத்திருந்த முகம் முழுமையாக வாடி போச்சு. தன்னோட மனச தேத்திக்கிட்டு மறுபடியும் அன்போடும் ஆசையோடும் தன்னோட கணவன நெருங்குனா அவ. அவளோட எண்ணங்களையும், ஆசைகளையும் கொஞ்சம் கூட புரிஞ்சுக்க முடியாத அவளோட புருஷன் கீழே போட்ட கண்ணாடியா அவளோட மனச உடைச்சு எறிந்துட்டான். காத்திருந்த அவளோ கனவத் தொலைச்சிட்டு கண்கலங்கி நின்றா. மறுநாளும் அதே போல காத்திருந்தா அவ. கதவை தட்டும் சத்தம் கேட்டு ஓடோடிச் சென்று கதவைத் திறந்தால் அவ. மீண்டும் அவளுக்கு ஏமாற்றம். நேற்று கேட்ட குடிகார குரலை கொண்ட அவன் கையில் மல்லிகைப் பூவோடு நின்று கொண்டிருந்தான். சட்டென்று கதவை பூட்டிவிட்டு அவளுடைய இரண்டு கால்களும் வீட்டை நோக்கி உள்ளே சென்றது. மீண்டும் மீண்டும் தன்னுடைய கனவுகளோடு காத்திருக்கும் அவளுக்கு ஏமாற்றங்கள் மட்டுமே தொடர்ந்து கொண்டிருந்தது. அதே நேரத்தில் தினமும் மாலை அந்தக் குடிகாரனின் கதவை தட்டும் சத்தமும் தொடர்ந்து கொண்டே இருந்தது. மிகுந்த வலியோடு கூடிய ஏமாற்றங்கள் அவளுடைய மனதில் அனேக

கேள்விகளை எழுப்பியது. நம்ம வாழ்க்க முடிஞ்சிருச்சா? இதுக்கு அப்புறம் நமக்கு எந்த சந்தோஷமும் இல்லையா? என கண்ணீர் விட்டு அழுது கொண்டிருந்தா. அவளோட காதுகளுக்கு கதவ தட்டற சத்தம் கேட்டுச்சு. கதவை திறந்து பார்த்தா வழக்கம்போல கையில பூவோட காத்திருந்தான் அந்த குடிகாரன். அன்று ஏனோ? எப்பொழுதும் சத்தமாக அடைக்கப்படும் கதவுகள் மெதுவாக தாழிடப்பட்டன. வீட்டின் உள்ளே நோக்கி நான்கு கால்களும் அடி எடுத்து வைத்து நகர்ந்தன.

உங்கள் கையில் கொடுக்கப்பட்ட பூமாலையை நீங்களும் கசக்கி எறிந்துவிட்டீர்களா?

காது கேட்காத பாம்பு

கரடுமுரடான காட்டுப்பாதையில் அடுப்புல வச்சு வெந்ததுபோல பொக்கலமா உள்ள தன்னோட வெறும் காலால் நடந்து போயிட்டு இருக்கா நம்ம சங்கர். வயசு என்னவோ 70 தாண்டின போதும் சிறுவனை போல சின்ன டவுசர் போட்டுக்கிட்டு தோல் மேல ஒரு கிளிஞ்ச துண்டையும் போட்டுட்டு தன்னோட நடைய கம்பீரமா நடந்தாரு சங்கரய்யா. தோளு மேல வச்சிருந்த சாட்டை குச்சியை பார்க்கும்போது ராணுவத்துல பெரிய சிப்பாய் தோளில் துப்பாக்கி தூக்கி வச்சி இருக்க மாதிரி வச்சுட்டு நிண்டாரு நம்ம சங்கரய்யா. எட்டி பாத்தப்ப தான் தெரிந்தது அந்த சாட்டை குச்சியை வைத்து தன்னோட ஆடுகளை மேய்த்துட்டு இருந்தாரு அவரு. சுட்டெரிக்கும் சூரிய வெப்பத்துல வெளியே வந்தா வெந்துடுவோம் என்கிற அளவுக்கு வெப்பம் இருந்தபோதும் தன்னோட வெறும் கால்களுடன் ஆடு மேச்சிட்டு இருந்தாரு அவரு. வெட்ட வெளியில மேய்ந்து கொண்டிருந்த ஆடுகள் எல்லாம் ஒரே நேரத்தில் கத்த ஆரம்பிச்ச உடனே பதறிப் போய் பார்த்தாரு

சங்கரையா. ஆட்டுக்கு நடுவுல போய் பார்க்கும் போது அங்க புகைப்பட கருவியே இல்லாமல் படம் எடுக்கிற மாதிரி தன்னோட அகன்ற தலைவிரித்து ஆடிக் கொண்டு படமெடுத்தது ராஜநாகம் ஒன்று அதற்கு அருகில் ஏராளமான குட்டிகள் சுற்றி நின்று கொண்டிருந்தது. செய்வது அறியாமல் தன்னோட காஞ்சு போன மேனியை முழுவதுமாக பணிந்து ஒட்டி போயிருந்த வயிற்றுக்கு முன்னாடி தன்னுடைய இரு கைகளையும் கூப்பி வேண்டாம் நாகராஜா எனக்கு இத விட்டா வேற நாதி இல்ல அத எதுவும் செய்திடாதனு தன்னோட பணிவான குரலுல சொன்னாரு சங்கர் ஐயா. கண்ணீரோடு ராஜநாகத்துக்கு முன்னாடி நின்ற சங்கரையா தன்னோட கஷ்டத்தை சொல்ல ஆரம்பிச்சாரு. நான் 5 பிள்ளைகளை பெற்றேன் ஆனா எனக்கு கடைசி காலத்தில கஞ்சி ஊத்த ஒத்த பிள்ளையும் என் கூட இல்ல. என்னோட மொத்த சொத்தையும் எழுதி வாங்கிட்டு என்ன அனாதையா விட்டுட்டாங்க. எப்படியாவது இந்த வாழ்க்கையை நாம வாழ்ந்து ஆகனும் என்ற ஒரு எண்ணத்துக்காக கடனை வாங்கியாவது நம்ம உயிரை காப்பாற்றுவதற்காக ஆடுகளை மேய்க்க ஆரம்பிச்சேன். ஆனாலும், என்னால முடியல ஒவ்வொரு மாதமும் ஒவ்வொரு ஆட வைத்து தான் என்னுடைய கடன கட்டுறே இப்ப இந்த ஆடுகள் எல்லாம் நீ கொத்திட்டா நான் என்னுடைய கடனை அடைக்க முடியாது. ஒவ்வொரு நாளும் என்னுடைய காய்ந்த வயிறு காஞ்சிகிட்டே தான் போகுது. என்னோட கஷ்டத்தை தீர்க்க எனக்கு இங்க யாரும் எதுவும் பண்ணல. ஆனா, நீ எனக்கு இன்னொரு கஷ்டத்தை கொடுத்துராத நாகராஜா. நான் மாளிகை கட்ட ஆசைப்பட்டு கடன் வாங்கினேன் கடைசில குடிசை வீடு

கூட என்னால கட்ட முடியல. ஒரு வேளையாவது நெல்லு சோறு சாப்பிட ஆசைப்பட்டு தான் இந்த வேலையை பார்த்தேன் ஆனா என்னால விவசாயமும் பண்ண முடியல அந்த கடவுள் கூட எனக்கு கண்ணை திறந்து மழை கொடுக்கல. யாராவது புதுசா ஊருக்குள்ள வந்துட்டாலே ஒருவேளை அவன் கடன்காரராகத்தான் இருப்பாரோ? நம்மகிட்ட இருந்து வட்டி கடன் வாங்கத்தான் வந்திருக்கிறானோ? என்ற பயத்திலும் பதட்டத்திலும் நான் ஓடி ஒளிஞ்சிட்டு இருக்கேன்.என்னால இந்த உலகத்தில நிம்மதியான வாழ்க்கை வாழ முடியல. ஆனா! என்னோட சந்தோஷம் இந்த ஆடுகள் தான். இதுக்கு உணவு கொடுக்குறதுலயும் இதுகூட சேந்து காடுகளுல சுத்துரதும் தான் என்னோட சந்தோசம் அந்த சந்தோஷத்தையும் நீ கெடுத்துராத நாகராஜா. நான் என்னுடைய வாழ்க்கையில எல்லா சொந்தங்களை இழந்த போதும் எனக்கு சொந்தமாக இருக்கிறது இந்த ஆடுகள் மட்டும்தான் இந்த ஆடுகளும் இறந்துட்டா நான் என்னோட உயிரையும் விட்டுருவேன். நீ என்னுடைய உயிரை எடுக்கணும்ன்னா அப்படியே நேரடியா என்னுடைய உயிரையே எடுத்துக்கோ, ஆனா என் கண்ணு முன்னாடி இந்த ஆட்டுக்குட்டிகளை ஒன்னு செஞ்சுராத நாகராஜானு கண்ணீர்மல்க சுடுகிற வெயிலுல முட்டிபோட்டு அழுதாரு சங்கரய்யா.அத பாத்த காது கேக்காத பாம்புக்கு கூட காதுகேட்ருச்சோ என்னவோ? அது சத்தம் போடாம தன்னோட படம் எடுக்குற தலைய கீழப்போட்டுட்டு வந்த வழியே திரும்பி போய்ட்டுச்சு. அது காது கேட்டு போனதோ,அவரின் கண்ணீரப்பாத்து போனதோ, இல்ல அவரோட காஞ்ச வயிறப் பாத்துப்போனதோ? அது கடவுளுக்கு தான் தெரியும்.

தாயும் அவளே
தகப்பனும் அவனே

தூக்கணாங்குருவி கூட்டுக்குள்ள ஒரு தாய்க்குருவி ஒரு தகப்பன் குருவி இவங்க இரண்டு பேருக்கும் இரண்டு குழந்தை குருவி, இந்த மாதிரி அழகான நாலு பேரு மட்டும் ஒரு சின்ன குடும்பம சந்தோஷமா வாழ்ந்துட்டு வந்தாங்க. அந்த தகப்பன் குருவி பேருதா ராமு அந்த தாய் குருவியோட பெயர் சீதா. அவங்க ரெண்டு பேருக்கும் ஒரு ஆண் குருவி ஒரு பெண் குருவி என இரண்டு குழந்தைகள் இருந்தார்கள். அந்த நான்கு பேரும் ரொம்ப மகிழ்ச்சியா தங்களுடைய வாழ்க்கையை வாழ்ந்துட்டு வந்தாங்க அப்பொழுதுதான் அந்த தகப்பன் குருவிக்கு திடீரென உடம்பு சரி இல்லாம போகுது அந்த தகப்பன் குருவி தன்னுடைய உடல் நிலை காரணமாக எங்கேயும் வேலை பார்க்க முடியாமல் தன்னுடைய குடும்பத்தையும் காப்பாற்ற முடியாத ஒரு சூழ்நிலை ஏற்படுது. அப்படிப்பட்ட நேரத்தில் அந்த தகப்பன் குருவிருக்காக தாய் குருவியும் தன்னுடைய குழந்தை குருவிகளும் ரொம்ப ஏங்குது ரொம்ப

வருத்தப்படுது .தகப்பன் குருவிய எப்படியாவது காப்பாத்த வேண்டும் என்ற போராட்டத்தில் அந்த மூன்று குருவிகளும் ரொம்ப இறங்கிப் போராடத் தொடங்குது. அப்படிப்பட்ட நேரத்தில் தகப்பன் குருவிக்கு ரொம்பவும் அதிகமாக உடல்நிலை சரியில்லாம போகுது. இதை சரி செய்வதற்காக அந்தக் குழந்தை கருவியாக இருந்த ஆண் குருவி தன்னுடைய படிப்பை நிறுத்திட்டு தன்னுடைய கஷ்டத்தைப் போக்கனும், தன்னுடைய குடும்பத்தை பாதுகாக்கணும் என்ற எண்ணத்தோடு வேலை பார்க்க ஆரம்பிக்குது. திடீரென உடம்பு சரி இல்லாம இருந்தா அந்த தகப்பன் குருவி உயிரிழந்தது. இந்த அதிர்ச்சியைத் தாங்க முடியாத அந்தக் குருவிக் குடும்பம் ரொம்ப கஷ்டப்படுறாங்க. இப்படிப்பட்ட வேலையில தனக்கு எந்த ஒரு உதவியும் இல்லாமல் தாய்க்குருவி ரொம்பவும் மனசு உடைஞ்சு போய் இதோட நம்முடைய வாழ்க்கை முடிஞ்சிருச்சுனு நம்பிக்கைய இழந்து நிற்கும் போது அந்த குழந்தை குருவியாக இருந்த ஆண் குருவி இதுக்கு அப்புறம் எல்லாத்தையும் உனக்காக நான் செய்வேன். தங்கைக்காக நான் வாழ்வேன் என்ற ஒரு முடிவோட தன்னுடைய வாழ்க்கையைத் தொடங்குச்சு. தன்னுடைய படிக்கிற காலத்தில எல்லாத்தையும் இழந்த அந்த ஆண் குருவி தன்னுடைய பிஞ்சு கைகளால் எல்லா வேலைகளையும் செய்ய ஆரம்பித்து ரொம்ப கஷ்டப்பட்டு வேலை செய்து சம்பாதித்த பணத்தை ஒரு ரூபாய் கூட செலவு பண்ணாம அப்படியே தன்னுடைய குடும்பத்திற்காக தன்னுடைய தாயிடத்தில் கொடுத்தது. அந்த குருவி சம்பாதித்த காசு அந்தனயும் அந்த தாய் குருவியிடம் மட்டும் தான் போய் சேரும். அப்படிப்பட்ட நேரத்தில் அந்த தாய் குருவியின் மனதில் தனக்காக ஒருவன் இருக்கிறான் தன்னைப்

பார்த்துக் கொள்வான் தன்னுடைய மகளை பார்த்து கொள்வான் என்ற எண்ணத்தோடு அவர்களுடைய வாழ்க்கையை நகர்த்தி கொண்டே இருக்கிறது. ஒவ்வொரு நாளும் உணவிற்காக கஷ்டப்படும் அந்த குருவி கூட்டில் அந்த ஆண் குருவிதான் உணவை கொடுத்து வருகிறது. இந்த நாட்கள் எல்லாம் கடந்து கொண்டே இருக்கும் பொழுது தன்னுடைய தாயினுடைய மனதில் ஒரு ஏக்கம் இப்படி நம்முடைய வாழ்க்கையை தொலைத்துவிட்டோமே, நமக்கு யாரும் இல்லை என்ற வருத்தத்தோடு அந்த தாய்க்குருவி ஏங்குகிறது. அதனுடைய கண்களில் இருந்து கண்ணீர் வடிகிறது அப்பொழுது அந்த குருவியைப் பார்த்த அந்த குழந்தை ஆண் குருவி மனம் இறங்கி தன்னுடைய தாய் குருவின் பக்கத்தில் அமர்கிறது. அவளுடைய கன்னங்களை தன்னுடைய கைகளால் பற்றிக் கொள்கிறது. அவளுடைய கண்களில் இருந்து வழியும் கண்ணீரைத் தன் இரு கரங்களால் துடைக்கிறது. எப்பொழுதும் நீ அழக்கூடாது உனக்காகத்தான் நான் இருக்கிறேன். இனி உன் தகப்பனும் நானே! தாயும் நானே !என்று கூறுகிறது. அவன் கூறிய அந்த வார்த்தைகளில் அந்த தாயின் மனம் கரைந்து அவன் மடியில் அவளுடைய தலையை சாய்க்கிறாள் அவள்.

சமூகத்தில் வாழும் பல விதவை தாய்மார்களும் இங்கு உண்டு அப்படிப்பட்ட தாய்மார்களுக்கு இங்கு ஆண்மகனும் உண்டு, பெண் பிள்ளைகளும் உண்டு. அந்த தாய்மார்களுக்காக குழந்தைகளாகிய நீங்கள் என்ன செய்யப் போகிறீர்கள்? தாயாகவும் தந்தையாகவும் வாழப் போகிறீர்களா? இல்லை அவர்களுக்கு இன்னும் பாரத்தை கொடுக்கப் போகிறீர்களா?

அவன் ஆம்பளையே இல்லை!

முதுகிலிருந்தும் கழுத்துகளிலிருந்தும் கீரிய நகக்கீரல்களின் வழியாக ரத்தம் சொட்ட சொட்ட சொட்டிக்கொண்டே இருந்தது. ஓங்காரமாய் கத்திய அவனின் குரல் காதுகளை கிழித்தது. சத்தமிட்டுக் கூறினான் ஆயிரம் தான் இருந்தாலும் நீ ஒரு பெண் நான் ஒரு ஆண். என்னுடைய வார்த்தைக்கு மறு வார்த்தை நீ பேசக்கூடாது என்று அவளை அதட்டினான். ஆம், அவன் தான் ராபர்ட். ரத்தம் சொட்டிக் கொண்டிருந்த போதும் சற்றும் வலியை வெளியில் காட்டாமல் குனிந்த தலை நிமிராமல் நின்றுகொண்டிருந்தாள் மேரி, அவனுடைய அருமை பத்தினி. நான்கு வருடங்களுக்கு முன்னால 10 நபர்கள் சேர்ந்து மேரி உடைய வாசலில் உட்கார்ந்து இருந்தாங்க. அப்பொழுதுதான் அவளுக்கு தெரியும் அவங்க எல்லாரும் அவளை பார்க்க வந்த மாப்பிள்ளை வீட்டார் என. எந்த ஒரு தகவலும் தெரியாத மேரி ஏதோ தன்னை அலங்கார படுத்துறாங்க என்ற எண்ணத்தோடு அவளும் புறப்பட்டுக் கொண்டிருந்தாள். அப்ப அவளுக்கு வயது வெறும் 15 மட்டும்தான். அலங்காரம் அழகாய் இருக்கு என்ற எண்ணத்தை தவிர அவளுடைய

மனசுல எந்த ஒரு எண்ணமும் கிடையாது. தன்னை எதுக்கு அலங்காரம் பண்றாங்க என்ற விஷயமே தெரியாது அவளுக்கு. அழகா அலங்கரித்துக்கொண்டு எல்லாரும் முன்னாடியும் வந்து நின்ற அவளை பார்த்த எல்லோரும் பொண்ணு ரொம்ப அழகா இருக்காளே! கண்ணுக்கு லட்சணமாய் இருக்காணு பேசிக்கிட்டாங்க அவகிட்ட ஒரு வயது முதிர்ந்த பெண் உனக்கு பாட தெரியுமா? சமைக்க தெரியுமா? இன்னும் வேறு என்னென்ன வேலைகள் உனக்கு தெரியும்? என்று கேட்டால். ஆம், அவள்தான் நம் ராபர்ட்டினுடைய தாயார். மேரியின் வருங்கால மாமியார் அவள்தான். குனிந்த தலை நிமிராத மேரி எனக்கு வீட்டு வேலைகள் அனைத்தும் தெரியும் என்று தன்னுடைய மெதுவான குரலில் கூறினாள். பிறகு அனைவரும் அங்கிருந்த இனிப்புகளையும் காரத்தினையும் சாப்பிட்டுவிட்டு அவரவர் வீட்டிற்கு புறப்பட்டனர். மேரியின் வருங்கால மாமியார் தான் கொண்டு வந்த மல்லிகைப்பூவை மேரியின் தலையில் வைத்துவிட்டாள். இன்றே திருமண நாளை முடிவு செய்து கொள்ளலாம் என்று கூறினர் மேரியின் பெற்றோரும், ராபர்ட்டின் பெற்றோரும். பேசிய சிறிது நாட்களிலேயே கல்யாண தேதியும் குறிப்பிடப்பட்டது. இருவருடைய திருமணமும் மிகவும் அருமையாக நடைபெற்றது. எந்த ஒரு எதிர்பார்ப்பும் இல்லாத மேரி தன்னுடைய வாழ்க்கை இனி நிம்மதியாக ஆரம்பிக்கலாம் இனி சந்தோஷமாக நாம் வாழப் போகிறோம் என்ற எண்ணத்தோடு தன்னுடைய கணவரின் வீட்டிற்குள் அடியெடுத்து வைத்தாள் அவள். அப்பொழுது அவளுக்கு காத்திருந்தது இன்பமல்ல பேரதிர்ச்சி. திருமணமான முதல் நாள் இரவு கணவனும் மனைவியும் தனிமையில் இருந்த எதுவுமே

பேசாத அவனுடைய கைகள் அவளை அணைத்த அப்பொழுது அவனுடைய பிடியோ முரட்டுத் தனமாக இருந்தது. ஏதோ கணவர் வேகத்தில் அப்படி நடந்துகொள்கிறார் என்று நினைத்துக்கொண்டாள் மேரி. திருமணமான அடுத்த நாளே அவளுக்கு ஏதோ பல வருடங்கள் ஆனது போல் தான் தோன்றியது. ஏனென்றால் கணவரின் வீட்டில் அனைத்தும் சாதாரண நிலையிலேயே இருந்தது. ஏய்!.. உனக்கு என்ன தூங்கி எழுந்திரிக்க இவ்வளவு நேரமா ?என்று அதட்டலுடன் கேட்டார் அவளுடைய மாமியார். ஆனால் அப்பொழுது மணியோ அதிகாலை ஐந்தே ஆனது. அவள் செய்யும் அனைத்து உணவிலும் அவளுடைய கணவன் குறை கூறிக்கொண்டு மட்டுமே இருந்தான். அவளுடைய ஆடைகளின் மீதும் அவனுக்கு கவனம் இல்லை, அவளுக்கு தேவையான எந்த ஒரு வசதிகளையும் செய்து தருவதுமில்லை. தன்னுடைய தேவைகளுக்காக மட்டுமே அவளை அவன் பயன்படுத்திக் கொண்டான். அவருடைய உடல் பசிக்காகவும் தன்னுடைய வயிற்றுப் பசிக்கு சமைக்கும் சமையல்க்காரியாகவும் துணிகளை துவைக்கும் வெறும் வேலைக்காரியாகவும் மட்டுமே அவளை வைத்துக்கொண்டிருந்தான். காலங்கள் கடந்து கொண்டே இருந்தன ஐந்து வருடங்கள் ஆகிவிட்டது. இப்பொழுது அந்த தம்பதியினருக்கு இரண்டு குழந்தைகள் இரண்டும் பெண் குழந்தைகள். இரண்டு குழந்தைகளும் பெண்ணாக பிறந்ததில் மேரியின் மாமியாருக்கும் சரி கணவருக்கும் சரி உடன்பாடு இல்லை இவளுக்கு பெண் குழந்தையாகவே பிறக்கிறது நிச்சயமாக வேறு ஒருவரை திருமணம் செய்து நான் வைக்கிறேன் என்று அவள் மாமியார் தினமும் முணுமுணுத்துக்கொண்டே இருந்தாள். இவை

அனைத்தையும் கேட்டுக் கொண்டிருக்கும் அவளுடைய கணவனும் அதற்கு ஏற்றார் போலவே நான் விரைவாக ஆண்மகனை பெற்றெடுக்கக்கூடிய ஒரு மனைவியைத் திருமணம் செய்யத்தான் போகிறேன் என்று கூறிக் கொண்டே இருந்தான். தினமும் இரவிலும் பகலிலும் அவளுக்கான சித்திரவதைகள் தொடர்ந்து கொண்டே இருந்தன. அவளுடைய பிள்ளைகளுக்கான தேவைகள் எதையும் அவன் செய்து தரவில்லை அவர்கள் மூவரும் அந்த வீட்டில் உணவிற்கு கூட மிகவும் சிரமப்பட்டனர். வீட்டிற்கு வரும் விருந்தாளிகள் முன்பு மட்டும் அவள் நல்லவிதமாக நடத்தப்பட்டு வந்தாள். அப்பொழுது ஒரு நாள் அனைவரும் நிறைந்திருந்த சபையில் மேரியைப் பற்றி ராபர்ட் தவறான கருத்துக்களைக் கூறிக் கொண்டிருந்தான்.அந்த சபை ராபர்டிற்கு இரண்டாம் திருமணம் செய்வதற்காக கூட்டப்பட்டது. தன்னால் எதையுமே தாங்கிக் கொள்ள முடியாமல் மேரி கதறி துடித்தாள். தான் எவ்வளவு தான் இந்த குடும்பத்திற்காக செய்த பொழுதும் அவள் அவமதிக்க மட்டுமேபட்டால். அவளுடைய நடத்தையின் மீதும் அவளுக்கு பிறந்த பெண் குழந்தைகள் என்னுடையது இல்லை என்றும் எனக்கு பிறந்திருந்தால் அது நிச்சயமாக ஆண் குழந்தையாக தானே இருந்திருக்கும் என்றும் அவன் கூறிக் கொண்டிருந்தான். அவ்வளவு வருடங்களாக பொறுமையை மட்டுமே தன்னுடைய மொழியாக கொண்டிருந்த மேரி இப்பொழுது அவளுடைய கண்களில் இருந்து வழிந்த கண்ணீரை துடைத்துக்கொண்டு சீறுகிறாள். சபையின் முன்பு அனைவரும் அமர்ந்து இருந்த பொழுதும் தன்னுடைய பயத்தைப் போக்கிக் கொண்டு தைரியமாகப் பேசுகிறாள். ஆம், இந்த குழந்தைகள் இரண்டும

இவனுக்கு பிறந்த குழந்தைகள் இல்லை தான், ஏனென்றால் இவன் ஆண்மகனே கிடையாதே இவன் ஒரு பேடி ஆவன். இவனுக்கு எந்த குழந்தையும் பிறக்காது என்று அனைவரின் முன்னிலையிலும் கூறிவிட்டால். அது வரை அவனுடைய பேச்சைக் கேட்டுக்கொண்டிருந்த உறவினர்களும் சபையில் அமர்ந்திருந்தவர்களும் இது என்ன இப்படி ஒரு கூத்தா? அப்படி என்றால் இவன் உண்மையிலேயே ஆண்மகன் இல்லையா? என்று பேசுகின்றனர். இதைப் பார்த்த ராபர்ட் சினத்தால் எழுந்தான். ஐயோ! இல்லை இந்த குழந்தைகள் எனக்கு பிறந்தது தான் நானும் ஒரு ஆண்மகன் தான் என்று தன்னை நிரூபிக்க துடித்தான். ஆனால், அனைவரின் முன்னிலையிலும் மேரி அவ்வாறு பேசியதால் ஒரு பெண் தன் மானத்தை கூட பொருட்படுத்தாமல் தான் பெற்ற குழந்தைகள் இவனுக்கு பிறந்தது இல்லை என்று கூறிய பொழுது அதைத்தானே நம்ப முடியும் என்று முணுமுணுத்தார்கள். இவன் ஒரு ஆண் மகனே இல்லை இவனுக்கு இன்னொரு திருமணமா என்று கூறி அனைவரும் அங்கிருந்து புறப்பட்டார்கள். தான் நேர்மையாக வாழ்ந்த பொழுதும் அந்த அரக்கனின் கொடுமைகளால் மேரி தன்னைத்தானே இகழ்ந்து கொண்டால். ஆயிரம்தான் குழந்தை அந்த கணவனுக்கே பிறந்திருந்தாலும் அதை அந்த மனைவி ஒப்புக்கொள்ளவில்லை என்றால் அவன் இந்த உலகத்தின் முன்னால் பேடிதான்

உங்களுக்குகான ஆண்மகன் என்னும் பட்டம் உங்களின் மனைவி தந்தது. அப்படிப்பட்ட மனைவியை நீங்கள் எவ்வாறு நடத்துகிறீர்கள்?

ரௌத்திரம் பழகு

<hr>

கல்லூரி விடுமுறை நாள் என்பதால் மதியம் சாப்பாட்ட சாப்பிட்டுட்டு தவளைய விழுங்கின பாம்பா கட்டில் மேல உருண்டுட்டு இருந்தா நம்ம அம்மு. உண்ட மயக்கம் தொண்டனுக்கும் இருக்கும்தானே! மதியவேளையில் சாப்பிட்டதுக்கு அப்புறம் சொர்க்கத்தை போல சுகத்தை கொடுக்குற அந்த தூக்கத்துக்காக ஆயத்தமாகிட்டு இருந்தா அம்மு. திடீரென தன்னோட கைபேசி ஒலிக்கிற சத்தத்தைக் கேட்டு பாம்பு போல தலையை தூக்கி பார்த்தா அவ. கல்லூரியில் இருந்து வேறு துறையை சேர்ந்த ஒரு ஆசிரியரின் அழைப்பு தாங்க அது மரியாதை நிமித்தமாக அவளும் அந்த அழைப்பை ஏற்றாள். நேர்த்தியாக தொடங்கிய உரையாடல் மீண்டும் கல்லூரி எப்பொழுது தொடங்கப்படும் என்ற செய்தியை கூறுவதற்காகவே நான் அழைத்தேன் என்று தொடங்கியது. நொடிகள் சில கடக்கவே பேச்சின் விதமும் மாறியது. வாழ்க்கை முறையை கற்று தரவேண்டிய ஆசிரியர் படுக்கையறை

பாடத்தைப் பற்றி பேசியது அவளுக்கு அதிர்ச்சியை ஏற்படுத்தியது. செய்வது அறியாது திகைத்த நிலையிலும் தன்னுடைய கைபேசியில் அந்த ஆசிரியர் பேசுவதை பதிவு செய்தால் அவள். கல்லூரி திறக்கும் நாளுக்காக காத்திருந்தாள். அவள் எதிர்பார்த்த நாள் வந்தது. அன்றைய நாளில் அவள் தன்னுடைய பெண் ஆசிரியர் ஒருவரிடம் நடந்ததைக் கூறி வருந்தினாள். அப்பொழுது அவளுக்கு கிடைத்த அதிர்ச்சி மிகப்பெரியது. அவளிடம் மட்டுமல்ல அந்த ஆசிரியர் இந்த பெண் ஆசிரியை இடமும் அப்படித்தான் நடந்து உள்ளார் என்பதும் இன்னும் சில பெண்களிடமும் இவ்வாறுதான் தகாத முறையில் நடந்துள்ளார் என்பதும் தெரியவந்தவுடன் கவலையால் கண்ணீர் வடித்த கண்கள் கோபத்தால் சிவந்தன. தவறு செய்தவரை எதிர்த்து கேள்வி கேட்க வேண்டும் என்ற எண்ணத்துடன் அவள் கல்லூரி முதல்வரிடம் தன்னுடைய புகாரை அழித்தல். ஆனால் புகார் அளிக்கப்பட்டது அவருடைய நெருங்கிய உயிர் நண்பனின் மீது. இவ்வாறு இருக்கும் நிலையில் இதில் இவருக்கும் பங்கு உண்டு இவருக்காகத் தான் இவை அனைத்தும் என்ற தகவலும் அநேகம் இருந்தது. இருப்பினும் அதை நிரூபிக்க போதிய ஆதாரம் இல்லாத காரணத்தினால் எதுவும் செய்ய இயலா நிலையில் நின்றாள் அவள். தன்னிடம் உள்ள ஆதாரத்தை வைத்து எந்த அளவு அந்த ஆசிரியர் மீது உள்ள குற்றத்தை நிரூபிக்க முடியுமோ அந்த அளவு போராடினால் அம்மு. எவ்வளவு போராட்டத்தின்போது அனைவரும் கல்லூரியின் நற்பெயருக்காக வேண்டி அவளை மனமாற்றம் மட்டுமே செய்தனர். அலுவலர்களை வைத்து அடிக்கடி அவளுக்கு மூளைச்சலவை செய்தனர்.தவறு அவர் செய்த போதும் அவப்பெயர்

உனக்குதான், முள்ளு மேல சேலை பட்டாலும் சேலை மேல முள்ளு பட்டாலும் கிலிவது என்னவோ சேலைதான் என்றும், நீ பெண் என்பதால் அனைத்து அசிங்கங்களும் உனக்கு மட்டும் தான் என்றும் அவளுடைய மனதை கலைத்தனர். ஆனால் அவர்களுக்கு எல்லாம் ஒரு பெரும் அதிர்ச்சி, முன்பு இருந்ததை விட இப்போது இன்னும் மனம் திடம் ஆகிவிட்டால் அம்மு. பெண் என்ற ஒற்றை காரணத்தினால் தான் இதை நான் செய்யக்கூடாது என்றால் நிச்சயம் இதை நான் செய்வேன். பெண்மையின் மன வலிமை என்றும் ஆண்மையைவிட குறைந்தது அல்ல என்று துணிந்து விட்டாள் அவள். அவளின் குருவின் குரலை தவிர அனைத்து குரலும் அவளுக்கு எதிராகவே ஒலித்தது. இதுவரை அவள் சாதாரணமாக, விளையாட்டாக, பேசிய விடயங்கள் கூட இப்பொழுது குற்றச்சாட்டாக அவளுக்கு எதிராக வைக்கப்பட்டது. ஆனபோதிலும் அவள் எதற்கும் அஞ்சுவதாக இல்லை. தொடர்ந்து அந்த ஆசிரியரை பணி நீக்கம் செய்ய வேண்டும் என்று போராடி இறுதியாக அவரிடம் இருந்து ராஜினாமா கடிதத்தை பெற்ற பிறகுதான் அவள் ஓய்ந்தால். அனைத்தும் முடிந்துவிட்டது என்று எண்ணிய நிலையில் அவளுடைய கல்லூரி காலமும் முடிவடைந்தது. நீண்ட நாட்களுக்கு பிறகு அவளுடைய கல்லூரியின் ஒரு ஆசிரியரிடமிருந்து அழைப்பும் ஒரு செய்தியும் வந்தது. அச்செய்தியில் அவள் கல்லூரியை விட்டு நீக்கிய ஆசிரியர் ஒன்றும் அறியாதவர் என்றும் ,அவரிடம் அவ்வாறு பேசி அவரை மடக்குவதற்காக ஆபாசமாக பேசுவதற்குஇவளுக்கு பயிற்சி அளிக்கப்பட்டது என்றும் புதிதாக வேலைக்கு சேர்ந்த முதல்வரின் இன்னொரு நெருங்கிய நண்பன் ஆசிரியர்கள்

அனைவரும் இருக்கக்கூடிய புலனக்குழுவில் பதிவிட்டுள்ளார் என்பது தெரியவந்தது. கல்லூரியை விட்டு சென்ற அவளுக்கு இச்செய்தி எப்படி தெரிய போகிறது என்று எண்ணிய அவர்களுக்கு பெரும் அதிர்ச்சி காத்திருந்தது. அதுவரை சக்தியாக இருந்த அவள் கல்லூரியின் முன் காளியாக கருப்பு நிற உடையில் அவதரித்தாள். அவள் வருகையை கண்டு அனைவரும் அதிர்ந்து போனனர். அவளுடைய கர்ஜனை கல்லூரியை அதிரவைத்தது. யாரும் அதை எதிர்பார்க்கவில்லை. யாரென்று தெரியாத புதிதாக வந்த அந்த ஆசிரியரின் அறிக்கைக்கு யாருமே எதிர் கருத்து தெரிவிக்காதது அவளுக்கு இன்னும் கோபத்தை அதிகரித்தது. காலில் விழுகாத ஒரு நிலை மட்டும் தான் பிச்சை எடுப்பதைப் போல் கெஞ்சிய முதல்வரின் பேச்சிற்கு மரியாதை தருவதற்காக மட்டும்தான் அவள் எந்த ஒரு சட்ட நடவடிக்கையும் எடுக்காமல் இருந்தால். அது மட்டும் தான் அம்மு செய்த பெரிய தவறு. ஆனாலும் அதற்கு எல்லாம் சேர்த்து இப்பொழுது அவள் பதில் வைத்திருக்கிறாள். யார் என்று இதுவரை அறிந்திடாத அந்த புதிய நபரிடம் சென்று அவளுக்கான குற்றச்சாட்டை வைத்தால். அதற்கு அவர் இது உண்மை இல்லை என்றால் முதல்வர் மறுப்பு தெரிவித்து இருக்க வேண்டும் அல்லவா இதுவரை தெரிவிக்கவில்லை என்றால் இது உண்மை தானே? என்று கூறினார். அவள் அவனை தரதரவென கல்லூரியின் மத்திய பகுதிக்கு இழுத்து வந்தாள். முதல்வரையும் அவரின் அறையில் இருந்து இழுத்து வந்தாள். இருவரிடமும் சரமாரியான கேள்விகளை கேட்டு வெட்கத்தால் தலை குனிய வைத்தாள். அவர்களின் முகம் அசிங்கத்தால் நாணவே அவளுடைய கேள்விகளைத் தொடர்ந்து கேட்டால்.

அவர் கூறியது அனைத்தும் பொய்யானது என்று, எந்த தளத்தில் அவர் அவளை அவதூறாக கூறினாரோ அதே தளத்தில் அவர் கூறியது அனைத்தும் பொய் என்றும் அதற்கு மன்னிப்பு கேட்டுக்கொள்கிறேன் என்றும் அவர் கையாலேயே பதிவிட வைத்தாள். உள்ளே சென்ற அவனை 'ஓய்' என்று அழைத்து காது ஐவ்வு கிழியும் அளவிற்கு, வாழ்நாளில் இனி எந்த பெண்ணின் மீதும் இவ்வாறு பொய்யான அசிங்கத்தை ஏற்படுத்தக் கூடாது என்று ஆக்ரோஷத்தோடு பளிச்சென்று ஒரு அறையை அவனின் கன்னத்தில் வைத்தாள். இவ்வளவு தூரம் அவளை மன உலைச்சலுக்கு ஆளாக்கிய முதல்வருக்கு தன்னுடைய செருப்பை கழட்டி அத்துனை ஆசிரியர்களும் மாணவர்களும் சூழ்ந்து நின்று கொண்டிருக்கும் மத்தியில் அவனையும் செருப்பால் அறைந்தாள். ஒரு பெண் என்ன செய்து விடுவாள் என்று நினைத்துக் கொண்டு அந்த நின்று கொண்டிருந்த அத்தனை பேருக்கும் அது செருப்படியாக விழுந்தது. இதற்கு பின் ஒரு பெண்ணை அவமதிக்க வேண்டும் என்று நினைக்கும் முன்னரே நான் அவளுக்காக குரல்கொடுக்க நிற்பேன் என்று சபதத்துடன் கூறி, நான் வீழ்வேன் என்று நினைத்தாயோ? என்று அங்கிருந்து சென்றாள் அம்மு. அநீதிக்கு எதிரான அவளின் கேள்விகள் இனி என்றும் தொடரும்!...

ஒரு குப்பையின் கதை

சூரியன் கூட எட்டிப் பார்க்காத அந்த காலைப்பொழுதில பாட்டுக்கு தலையாட்டுனபடியும் நடனமாடியும் காட்டிக்கொண்டிருந்தது சாலையோர வேப்ப மரம். குளிர்ந்த காற்று சில்லுனு வீச தென்றலோட சுகத்த அனுபவிக்கும் மனசெல்லாம் எத்தன ஆசை. இலையெல்லாம் உதிர்ந்து கிடக்கும் சாலையில கண்ணனின் கை போல ஒரு கருமை நிற கையின் விரல்கள் நடு பாதையில கிடக்கிற குப்பைய எடுத்து தன்னோட மறு கையில வைத்திருந்த சாக்கு பையைக்குள்ள அதை போட்டுச்சு. குப்பைய எடுத்த அந்தக் கைக்கு சொந்தக்காரன் தாங்க நம்ம குப்பையா. குப்பையானு பேரு வச்சதால என்னவோ குப்பையப் பெறக்கவந்தானோ? டாடானு வச்சிருந்தா உலகத்தின் பெரிய பணக்காரனும் அவனா இருந்திருக்கக் கூடமோ என்னவோ? சாலையோரத்தில நடந்து கிட்டே தன்னோடு டவுசர் பையில கைய விட்டு கிலிஞ்சு போய்

ஓட்டியிருந்த இருபது ரூபாய் நோட்டை எடுத்து ஓரமாய் இருந்த டீக்கடையில் முன்னாடி நின்று ஒரு டீனு கேட்டான். நிமிர்ந்து பார்த்த டீக்கடைக்காரர் முன்னாடி நிக்காத ஓரமா நில்லுன்னு சொல்லவும், தன்னோட தலையை சட்டுனு கீழே போட்டு வாடிய முகத்தோடு ஓரமா நின்றான் அவன். எல்லோருக்கும் பலபலக்குற கண்ணாடி டம்ளரில் டீ கொடுத்த கடைக்காரரு குப்பையாக்கு மட்டும் காகித கப்ல குடுத்தாரு. குடிச்சிட்டு குப்பையை எடுத்துட்டுபோனு அதிகாரத்தோடு அந்த டீ குப்பையா கைக்கு வந்துச்சு. டீய குடிச்சு முடிச்சுட்டு அவன் காசு கொடுத்துட்டு அங்கிருந்து குப்பை பெட்டி எல்லாத்தையும் அள்ளிட்டு போனா. வந்த பாதையிலேயே மறுபடியும் நடக்க ஆரம்பிச்சான் குப்பைய்யா. வழிநெடுக இருக்கிற குப்பை எல்லாத்தையும் சுத்தம் பண்ணிட்டு உட்காரலாம்னு போகையில அவனுக்கு முன்னாடி இருந்த வீட்டு மாடியில இருந்த ஒரு பெண்ணு ஏய் குப்பைய்யா இங்க வா. என்னோட வீட்டு கழிவறை அடிச்சிருக்கு என்னன்னு பாரு ன்னு சொன்னதும் அவன் வேகமா அந்த வீட்டுக்குப் புறப்பட்டான். கையில ஒரு பாலிதீன் பையை மட்டும் கட்டிக்கொண்டு கழிவறையின் குழிக்குள்ள கையை விட்டு அடைச்சு இருந்த சோப்பு டப்பா மூடிய வெளிய எடுத்தான் மூக்கழுடிக்கிட்டு இந்த 50 ரூபாய்னு அந்தப் பொண்ணு தள்ளி நின்டுக் கொடுக்க சிரிச்ச முகத்தோட அதை வாங்கிக் கொண்டு வெளியே வந்தான் குப்பைய்யா. தெருவோரத்தில இருக்கிற குப்பைய எல்லாம் வாரி அங்கு வைத்திருந்த பெரிய குப்பைத் தொட்டிகளில போட்டான். கொஞ்ச நேரத்தில அங்க நகராட்சி வாகனமொான்று வந்ததும் எல்லா குப்பையும்

ஏத்திக்கிட்டு தானும் அந்த வண்டியில ஏறினா. குப்பைய கொட்டுர இடத்துக்கு வந்ததும் கீழகொட்டுனாங்க உயிரே போற அளவுக்கு துருநார்ரத்தோடு அந்த குப்ப கொட்டப்பட்டுச்சு. துர்நாற்றத்துலயும் கொஞ்சம் கூட அசராம அந்த குப்பைகள மக்கும் குப்பை மக்காத குப்பை தனித்தனியா பிரிக்க ஆரம்பித்தான் குப்பையா. அதுல இரத்தக் கறையோட மாதவிடாய் நேரத்தில பயன்படுத்திய துணிகளும் பேடுகளும் காகிதம் கூட சுத்தப்படாமல் இருந்தது. தன்னோட கையால அத எடுத்து மக்கும் குப்பையில போட்டான் குப்பையா. மறுபடியும் குப்பையை எடுக்கப் போகும்போது 'ஆ' அம்மான்னு கத்துனா அவன். ஏதோ ஒரு இந்திய குடிமகன் குடிச்சுட்டு உடைத்தெறிந்த சாராய குடுவை அவனோட கைய கீறி அவனோட ரத்தத்தை சுவை பார்த்தது. அதை நீக்கிய பிறகு அழுகிப் போன நிலையில் இருந்த பழங்களும் உணவுப்பொருட்களும் இருந்தத கவனிச்சான் அவன். அத அள்ளுவதற்கு முயற்சிதான் அப்ப அந்த கெட்டுப்போன பொருட்களுல இருந்து புளுக்களா வெளியே வந்து அவன் கைகளில் ஊரிச்சு. அது எல்லாத்தையும் சுத்தம் செஞ்சு முடிச்ச பிறகு பசியோட சாப்பிட உட்கார்ந்தான் குப்பையா. தூக்குவாளில இருக்குற சாப்பாட்ட கையில அள்ளின உடனே பழுப்பு நிறத்துல பெருசு பெருசா இருந்த ரேஷன் அரிசி சோறு அவன் கண்ணுக்கு குப்பையிலயிருந்த புளு மாதிரியே தெரியுது. உடனே கையில எடுத்த சோத்த உள்ளயே போட்டுட்டு வாளிய மூடி வச்சுட்டு திரும்பி வேலைய பாக்க ஆரம்பிச்சான். இரவு வரை வேலை பார்த்துட்டு கொஞ்ச நேரமாவது உறங்கனும்ன்னு உடம்பு அலுப்போடு முனங்கிகிட்டே வீட்டை நோக்கி நடந்தான் குப்பையா அதிகாலையில

சேவல் கூவுற சத்தத்தோட யாரோ நடக்கிற சத்தமு கேட்டுச்சு. வெளிய வந்து பார்க்கையில கண்ணனின் கைகள் போல கருமையாக இருந்த குப்பைய்யா கை சாலையின் நடுவே இருந்த குப்பைய தன்னோட கையால எடுத்து இன்னொரு கையில பிடித்திருந்த கோணிச் சாக்குல போட்டுச்சு.

இரக்கம்

கைகளை கிழித்து எறியும் அளவுக்கு துருப்பிடித்து இருக்கிற தகரத்துக்கு அடியில முக்கி முனங்கி கொண்டே இருந்தாங்க நம்ம கருப்பியும் சிகப்பியும். கருப்பு நிறத்தில காணப் படுவதால அவளுக்கு கருப்பினும், சிவப்பு நிறத்தில் காணப்படுவதால அவளுக்கு சிவப்பினும் பேரு வச்சு கூப்பிடாங்க அந்த தெருக்காரர்கள். பேரு வச்சு கூப்பிட்டா மட்டும் அவங்களும் எ மனுஷங்களா மாறிவிட முடியுமா? முடியாதுனு நினைத்துக் கொண்டே இருக்கும் போதே குறைத்து ஆமான்னு சொன்னா அங்க இருந்த இரண்டு பொட்டை நாயும். ஏனா அவங்களுக்குதான் எப்புவுமே நன்றி இருக்கே ! அப்பரம் எப்படி அவங்க மனிதர்களா ஆக முடியும். மண்வாசம் பேசிக் கொண்டே இருக்கக்கூடிய இந்த மழைக்காலத்தில குளிருக்காக இரண்டும் உள்ளே இருக்குனு நினைத்துக் கொண்டே இருக்கும்போது, திடீர்னு கயகயவென்று ஒரே சத்தம்.

தகரத்துக்கு அடியில் அமர்ந்திருந்த அந்த இரண்டு நாயும் வெளியே வந்தது. அதனுடைய பெரிய பெரிய வயிறு காணாமல் போயிருந்தது. வயிறு எங்கன்றதுகுள்ள வரிசையாக அடியில் இருந்து வெளியே வந்தது கண்ணைகூடத் திறக்க முடியாத அந்த நாய் குட்டிகள். எல்லா நாயும் தன்னுடைய அம்மா யார் என்று தெரியாமல் சிவப்பியையும் கருப்பியையும் தள்ளாடிக்கொண்டே பார்த்துக் கொண்டிருந்தது. அந்த நாய் குட்டிகளை எண்ணிப் பார்க்கையில் மொத்தம் 16 நாய்க்குட்டிகள். ஒவ்வொன்றும் ஒவ்வொரு நிறத்துடன் மிகவும் அழகாக காணப்பட்டது. இரண்டு மூன்று நாட்கள் கழிந்தது. தள்ளாடிய நாய் குட்டிகள் அனைத்தும் நன்றாக நடை பழகிவிட்டது. தத்தி நடக்குற அந்த நாய் குட்டிகளுக்கு அவ்வப்போது அங்கு இருந்த பக்கத்து வீட்டுக்காரர் அன்போடு சில ரொட்டிகளை கொண்டு வந்து கொடுத்துட்டு இருந்தாரு. அன்று மாலைப்பொழுதின் நேரத்தில திடீரென்று மேகதூதன் வானவீட்டை மறைத்துக் கொண்டிருந்தான். திடீரென்று மறைந்து கொண்டிருந்த மழை ரட்சகன் பூமியை நோக்கி வேகமாகப் புறப்பட்டு வந்தான். திடீரென இருட்டவும் தகரத்துக்கு அடியில உக்கார்ந்து இருந்த நாய் குட்டிகள் அனைத்தும் தன்னுடைய தலையை மட்டும் நீட்டி வெளியே எட்டிப் பார்த்தன. குட்டிகளின் நெற்றியில் சட்டென்று சத்தத்துடன் பொட்டு வைத்தான் மழை. வேகமாக தன்னுடைய தலையை உள்ளே இழுத்துக் கொண்டான் முதலில் நின்றுகொண்டிருந்த வெள்ளை குட்டி. அவன் உள்ளே செல்லவும் ஆமை தன் ஐம்புலன்களையும் ஒரே நேரத்தில் உள்ளே இழுத்துக் கொள்வது போல அனைத்து குட்டிகளும் தங்களுடைய தலைகளை ஒரே நேரத்தில் உள்ளே இழுத்துக்

கொண்டன. சிறிது நேரத்தில் மழை நின்ற உடன் இறைத்தேட சென்ற இரு தாய் நாய்களும் அங்கு வந்து சேர்ந்தன. இறையை கொடுத்துவிட்டு தன் குட்டிகளுக்கு பால் ஊட்டியது நம் கருப்பியும் சிவப்பியும். சற்று நேரத்தில் இரு நாய்களும் புறப்படவே அதன் பின்னாலேயே குட்டிகளும் நடந்தன கால்வாயை தாண்டி சென்ற தாய் நாயின் பின்னே செல்கிறேன் என்று ஓடிய குட்டி நாய் ஒன்று கால்வாயின் உள்ளே விழுந்தது. தூக்கி விட யாரும் இன்றி துடித்துக் கொண்டிருந்தது. அதனுடைய அழுகுரல் காதுகளை கரைய வைத்தும் யாருடைய மனதும் அந்த நாய்க்குட்டியை பார்த்து கரையயவில்லை. தொடர்ந்து ஒரு மணிநேரம் அது நடுங்கிக் கொண்டே கத்தி கொண்டே இருந்தது. நம்ம சிவப்பியும் கருப்பியும் வந்தபோது கூட கொழு கொழுன்னு இருந்த அந்த நாய் குட்டியை வெளியே எடுக்க முடியல. நீண்ட நேரம் அதனோட பிஞ்சு குரல் சேதமடைகிற அளவுக்கு கத்தும் போதும் அந்த நாய்க்குட்டி மற்றவர்களுக்கு ஒரு வேடிக்கை பொருளாக மட்டுமே தெரிந்தது. இதையெல்லாம் மாடியின் மேல் நின்று பார்த்துக் கொண்டிருந்த ஒரு பெண் நான் சென்று அதைத் தூக்கவா என்று தன் வீட்டில் கேட்டால். அதற்கு கால்வாய்க்குள் கையை விட்டு எடுக்க போகிறாயா? வேண்டாம் என்று கூறினர். சிறிது நேரம் அந்த குட்டி துடிப்பதை பார்த்துக் கொண்டிருந்த அவள் விறுவிறுவென்று தன்னுடைய காலணிகளை அணிந்து கொண்டு குட்டியை நோக்கி புறப்பட்டாள். கால்வாயினுள்ளே தன்னுடைய இரு கைகளையும் நுழைத்து அந்த குட்டியைத் தூக்கி வெளியேவிட்டாள். உடனே நாய்க்குட்டியின் அழும் குரல் இன்னும் அதிகமானது. மூடப்பட்டிருந்த பலகையின் அடியில்

குனிந்து பார்த்தால் இன்னும் சில குட்டிகள் விழுந்து கிடந்தன. அவளைப் பார்த்ததும் பயத்தில் குட்டிகள் உள்ளேயே பதுங்கின. பிறகு அதன் மேல் மூடப்பட்டிருந்த பலகை மிகவும் சிரமப்பட்டு அகற்றிவிட்டு அந்த குட்டிகளையும் வெளியே தூக்கி நிறுத்தினால் அவள். இதையெல்லாம் பார்த்துக் கொண்டிருந்த சிவப்பி குட்டிகளின் அருகே சென்று அதன் நாக்கால் அதன் குட்டிகளை வருடியது. நமக்குத்தானே அது சாக்கடை, நமக்குத்தானே அது வெறும் நாய்க்குட்டிகள், அதற்கு அது தன்னுடைய பிள்ளைகள் அல்லவா? ஆயிரம் தான் இருந்தாலும் அதுவும் ஒரு தாய் தானே!

யாருடைய குரல் இது !

என்னது இது புதுசா இருக்கு! ஏதோ கம்பி மாதிரி தெரியுதே. அதை ஏன் நான் இருக்கிற இடத்துக்கு கொண்டு வர்றாங்க. அம்மா, எங்கம்மா இருக்க எனக்கு ரொம்ப பயமா இருக்கு மா. தயவுசெய்து அத என் பக்கத்துல கொண்டு வராதீங்க. எனக்கு ரொம்ப வலிக்குது. யாரோ என்னோடு காலப் புடிச்சு இழுக்கிறாங்காம. அந்த கம்பியை வைத்து என்னோட காலுல குத்துறாங்கமா. என்னால இந்த வலிய தாங்கிக்கவே முடியல. அம்மா என்னை எப்படியாவது அவங்க கிட்ட இருந்து காப்பாற்றிடுங்கமா. ஆ ஆ ஆ ...வலிக்குது என்னால வலி தாங்க முடியல என்ன காப்பாத்துங்க. ஐயோ அந்தக் கம்பி என்னோட கால இரண்டா பிச்சு எடுத்துதருச்சி. வேண்டாம் என்னை விட்ருங்க. எனக்கு ரொம்ப வலிக்குது என்னால இந்த வலியை தாங்கிக்க முடியல. எங்க அம்மா கூட நான் பத்திரமா இருக்கிறேன் என்னை யாரும் எதுவும்

பண்ணாதீங்க. என்ன தயவு செஞ்சு விட்டுருங்க. மறுபடியும் அந்தக் கம்பி என் பக்கத்தில வருது, அம்மா இந்த கம்பி என்னோட இன்னொரு காலயும் இழுக்குதும்மா. என் காலு பிஞ்சி போற அளவு வலிக்குதும்மா. என் காலுல இருந்து ரத்தமா கொட்டுது மா. எங்கம்மா இருக்க? என்ன காப்பாத்துமா. என்னோட இன்னொரு காலையும் அவங்க இப்ப பிச்சு எடுத்துட்டாங்கமா. என்னோட கால்கள் இருந்த இடத்திலிருந்து ரத்தமா கொட்டுது மா எனக்கு ரொம்ப வலிக்குது மா. மறுபடியும் அந்த கம்பியை என் பக்கத்துல கொண்டு வராங்க, அம்மா!!!! என்ன காப்பாத்துங்க அம்மா. அது என்னோட கையி என்ன தயவு செஞ்சு விட்டுருங்க. என் அம்மாவை கட்டி அணைக்க எனக்கு இருக்குறது இந்த கைகள் மட்டும் தான். என் கால்களை தான் நீங்க வெட்டி எடுத்துட்டிங்கல்ல என்னோட கையையாவது குடுங்க இந்த கையால என் அம்மாவை தொட்டுப் பார்க்கணும், எங்க அம்மாவோட ஸ்பரிசத்தை நான் உணரணும். ஐயோ!!! வலிக்குது அம்மா வலிக்குது சீக்கிரம் வாங்கம்மா. உங்களை தொடுரதுக்காக என் கிட்ட இருந்த என்னோட கையையையும் இவங்க வெட்டி எடுக்குறாங்க. என்னோட இன்னொரு கையையும் இப்ப வெட்டி எடுக்கப் போறீங்களா வேண்டாமே இப்ப எனக்கு இருக்கிறது ஒரே ஒரு கை மட்டும் தானே அதையாச்சும் விட்டுருங்க. என்னை எப்படியாவது நீங்க உயிரோட வாழவிடுங்க என் அம்மாவ நான் பாக்கணும். ஆ ஆ ஆ... ரத்தமா வடியுதுமா சீக்கிரம் வாங்கம்மா அம்மா இப்ப இவங்க என்னோட இன்னொரு கையையும் வெட்டி எடுத்துட்டாங்க, இப்ப எனக்கு காலும் இல்லை கையும் இல்லை நீங்க என்ன கொஞ்சுவிங்கலாமா? நான்

ஊனமுற்ற குழந்தைனு என்னை நீங்க ஒதிக்கிற மாட்டிங்கள்ளம்மா? ஐயோ! அம்மா ஏதோ புகையா வருதும்மா !அதை வச்சு என்ன கொல்ல போறாங்கனு நினைக்கிறேன். அம்மா! நீங்க தான் மா என்னை காப்பாத்தணும் என்ன காப்பாத்துங்கமா. நான் இருக்கிற இடத்துக்கு எதுக்காக அம்மா இது எல்லாத்தையும் கொண்டு வராங்க? எனக்கு ஒண்ணுமே புரியலமா. இவங்க ஏன் இதை செய்றாங்கனு எனக்கு தெரியலம்மா. எனக்கு ரொம்ப வலிக்குதுமா. மா அந்த புகை வருவதப் பார்த்தாலே எனக்கு பயமா இருக்கும்மா. அம்மா இவங்க என்னையும் உங்களையும் பிரிக்க போறாங்கனு நினைக்கிறேமா. வேண்டாம் அதை மட்டும் செய்யாதீங்க அங்கு மட்டும் அந்த நெருப்பை வைக்காதீங்க அதை வெட்டாதீங்க. அதுதான் என்னுடைய அம்மாக்கு எனக்கு இருக்கிற ஒரே தொடர்பு அதுதான் என்னுடைய தொப்புள்கொடி அதை வெட்டாதீங்க. என்ன விட்டுருங்க எத்தனை வருடம் ஆனாலும் என் அம்மாவோட வயிற்றுக்குள்ள நான் இப்படியே இருந்துவிடுறேன். என்ன வெட்டாதீங்க விட்டுருங்க அந்த தொப்புள்கொடி அருத்துட்டா எனக்கும் என் அம்மாவுக்கும் உள்ள தொடர்பு நின்றுவிடும். அம்மாவால என்கிட்ட பேச முடியாது எங்க அம்மாவை நான் உணர முடியாது. அம்மா!!! ரொம்ப வலிக்குதுமா, மா இங்க பாருமா என்னுடைய தொப்புள் கொடியை வெட்டுராங்கமா. வேண்டாம்ன்னு சொல்லுங்க அம்மா. ஏன்மா பேசாமலேயே இருக்கீங்க அம்மா பேசுங்கமா. வேண்டாம்ன்னு சொல்லுங்கமா. அம்மா இங்க பாருங்கமா. வெட்டி முடிச்சுட்டாங்க. அம்மா !!!அம்மா!!! என்ன யாரோ வெளியே இழுக்குராங்கம்மா. அந்த கம்பியை வைத்து என்ன

வெளிய கொண்டு போறாங்க. அம்மா வேண்டாம்ன்னு சொல்லுங்கம்மா. அம்மா வேண்டாம்ன்னு சொல்லுங்க அம்மா. என்ன இப்படி துடிக்கத் துடிக்க என்னோட கையையும் காலையும் என்னுடைய தலையையும் வெட்டி வெளியே கொண்டு போறாங்க நீங்க பேச மாட்டீங்களாம்மா. என்ன உங்களுக்கு புடிக்கலையாம்மா. நான் வேண்டாம்னு நீங்க நினைக்கிறீங்களாம்மா. நான் இப்போ உங்களை விட்டு வெளியே போகனுமா மா. நான் வேண்டாம்னு நீங்க நினைச்சிருந்தா அதை என்கிட்ட நீங்க சொல்லி இருக்கலாம்லமா . உங்களுக்கு கஷ்டம் கொடுக்காம நானே கலைந்திருப்பேனேம்மா. இப்ப எனக்கு ரொம்ப வலிக்குதும்மா. நீங்க கருவை கலைக்கனும்னு நினைச்சப்ப என்ன கையையும் காலையும் தனித்தனியே வெட்டி எடுப்பாங்கனு நீங்கள் யோசிக்கலாயாமா? எனக்கு ரொம்ப வலிக்குதுமா. மா அவங்க என்ன வெட்டி எடுத்ததவிட நீங்க என்ன வேண்டாம்னு கலைக்க சொன்னது எனக்கு ரொம்ப வலிக்குதுமா. கண்டிப்பா நான் திரும்பவும் பிறந்து வருவேம்மா. உங்க வயிற்றுக்குள்ளேயே நான் மறுபடியும் வளருவேம்மா. உன்னோட வயித்துல மறுபிறவி எடுக்கிறததுக்காகவே இப்ப நான் இறந்து போறேன்மா. நான் இறப்பது தான் உனக்கு சந்தோஷம்னா, நான் போறேன் மா. திருப்பி நீ எப்ப நான் வேணும்னு நினைக்கிறியோ அப்போ உன் வயித்துல நான் வந்து வாழ்றேன்மா.

காமம் தலைக்கேறியது

டேய் சுரேஷ் அங்க பாருடா, என்னாமா இருக்குறா! சும்மா கும்முனு குண்டு குண்டுனு செம்மையா இருக்காடா. அவளுக்கு ஒரு 45 லிருந்து 50 வயசுகுள்ள இருக்குமாடா? இந்த வயசுலயும் சும்மா செமயா இருக்காடா மச்சான். வா மச்சான் தடவிப்பார்த்துருவோம். அவ தேருவாளா தேரமாட்டாளான்னு தெரிஞ்சிடும். தொடுடா அவளனு சொன்ன உடனே அந்தப் பெண்ணோட இடுப்பை தொட்டான் லிங்கம். டேய் பொறுக்கி நாய்களா என்னடா பண்றீங்கனு அந்தப்பெண்ணு சத்தமிட்டு கத்தியவுடன் இருவரும் அங்கிருந்து வேகமாக புறப்பட்டனர். சீக்கிரம் வா மச்சான் மணி 8:30 ஆச்சு அப்புறம் அந்தப் பள்ளிக்கூடத்துகாரிகப் போயிடுவாளுகன்னு லிங்கம் சொன்ன உடனே இருவரும் சேர்ந்து வேகமா புறப்பட்டாங்க. பள்ளிக்கூடத்துக்கு அருகில் இருந்த வாசலில் அமர்ந்து லிங்கு அங்க பாருடா பொண்ணு நா

இவ தாண்டா இவ சைசு 34 இருக்குமா? சும்மா நச்சுன்னு இருக்குடா. இவள ஒரு நாளாச்சும் அனுபவிச்சே ஆகணும் டா மச்சான். இவளுக போடுற யுனிபாம்ல ஒரு எழவும் வெளியே தெரிய மாட்டேங்குது. இருவரும் ஒவ்வொரு பொண்ணுங்களையும் அவர்களோட உடலை பார்த்து விமர்சித்துக் கொண்டு இருந்தார்கள். பள்ளியின் மணி ஓசை கேட்ட உடன் சுரேஷ் வாடா மச்சான் நாம பஸ் ஸ்டாண்டுக்கு போகலாம்னு இருவரும் புறப்பட்டார்கள். வேகமா தன்னுடைய இரு சக்கர வாகனத்தில் ஏறிப் புறப்பட்டார்கள். பேருந்து நிலையத்தில் இருவரும் அமர்ந்து கொண்டார்கள். அரசு பேருந்து ஒன்று அங்கிருந்து புறப்பட்டது. அதில் ஏறுவதற்காக வேகமாக ஓடி வந்த அந்தப் பெண். கைகளில் புத்தகங்களையும் தொழில் புத்தக பையை மாட்டிக்கொண்டு பேருந்தின் பின்னே ஓடினாள். அவளுடைய துப்பட்டா காற்றின் வேகத்தில் சீர்கலைந்து இருந்தது. ஓடிவந்து அவளை பார்த்து என்னமா குலுங்குரா! என்ன வேகமா போனாலும் இதப் பாக்குறதுக்கு கண்ணு ரெண்டும் கொடுத்து வச்சிருக்கணும் மச்சான். அவள பாருடா எப்படி குலுங்குறானு சுரேஷ் சொல்லிக்கொண்டே தன் கைகளை பிசைந்தான். சற்று நேரத்தில் பேருந்து நிலையமே வெறுமையானது. டேய் மச்சான் தெருவுல இருக்குற அத்தனை பொண்ணுங்களும் பள்ளிக்கூடம், கல்லூரி, வேலைனு போய்டாளுக இனி சாயங்காலம் வரை என்னடா பண்ணுறதுன்னு அவன் கேட்டான். விடு மச்சான் என்னோட பக்கத்து வீட்டுக்காரனுக்கு ஏதோ பொம்பள புள்ள பிறந்து இருக்கா அதை இன்னைக்கு வீட்டுக்கு கூட்டிட்டு வராங்களாம். காலையிலேயே என் வீட்டுல அந்த குழந்தைக்கு ஏதாவது வாங்கி

கொடுத்துட்டு பாத்துட்டு வரச் சொல்லி சொன்னாங்க. கொஞ்ச நேரம் நாம அத பாப்போம் கொஞ்சமாச்சும் நேரம் போகும். வாடான்னு சொல்லி கொண்டே இருவரும் அங்கிருந்து புறப்பட்டனர். கடைக்கு சென்று சிறிது பழங்களை வாங்கிக் கொண்டு அந்த குழந்தையை காண சென்றனர். இவர்கள் இருவரையும் பார்த்தவுடன் அந்த குழந்தையின் தாயார் வாங்க அண்ணே என்று உபசரித்தார். பிறந்த அந்த பிஞ்சு குழந்தை கொழுகொழுவென்று வெள்ளையாக மிகவும் அழகாக இருந்தது குழந்தை பிறந்து சில தினங்கள்தான் ஆனது என்று கூறினால் யாரும் நம்ப மாட்டார்கள். அவ்வளவு அழகான குழந்தை அது. ஆனால் அந்தக் காழுகன்களின் கண்களுக்கு அது வெறும் உடலாக மட்டுமே தெரிந்தது. சுரேசும், லிங்குவும் பழங்களைக் கொடுத்து விட்டு சிறிது நேரத்தில் அங்கிருந்து புறப்பட்டனர். வெற்றுடலுடன் கை-கால்களை அசைத்துக் கொண்டே இருந்த அந்த குழந்தையின் அசைவுகளும் உடல் அமைப்புகளும் மட்டுமே அவர்களின் சிந்தனையில் ஓடிக்கொண்டே இருந்தது. அந்த கொடூரர்கள் மனதில் எப்படியாவது அந்த குழந்தையை சுவைக்க வேண்டும் என்ற அரக்கத்தனமான எண்ணம் தோன்றியது. இரவு வரை அதைப் பற்றி மட்டுமே சிந்தித்துக் கொண்டிருந்த அவர்கள் திடீரென தங்களின் முகங்களை துணியால் கட்டி மறைத்து கொண்டு இந்த வீட்டை நோக்கிப் புறப்பட்டனர். சுவர்கள் கூட இல்லாத அந்த குடிசை வீட்டிற்குள் சென்று அந்த குழந்தையை தூக்கினான் லிங்கம். சத்தம் போடாமல் இருவரும் அங்கிருந்து புறப்பட்டனர். ஊரைவிட்டு வெளியேறி ஆட்கள் நடமாட்டம் இல்லாத அந்த கருவக் காட்டிற்குள் சென்றனர். அவர்களின் உடை அகன்றது, குழந்தையின்

அழுகுரல் ஓங்கியது. சில நிமிடங்களிலேயே அக் குழந்தையின் அழுகுரல் நின்றது, உடன் சேர்த்து அந்தப் பெண் தேவதையின் மூச்சும் நின்றது. உடலெல்லாம் நகக்கீறல்கள், இரத்தக் கசிவுகள், பற்களின் தடங்கள், பதிக்கப்பட்ட அவளின் உடல் முட்களுக்கு நடுவில் கிழிந்த கந்தளாய் தூக்கி எறியப்பட்டது. 45 வயதை அடைந்த பெண்ணின் இடுப்பைத் தொடும் பொழுது அவர்களுக்கு அவர்களின் தாயார் அவர்களை இடுப்பிலேயே சுமந்து காத்தது நினைவிற்கு வரவில்லையோ? பள்ளி மாணவியின் உடல் அளவை எண்ணி நகைக்கும் பொழுது தன் உடன் பிறந்தவளின் எண்ணம் தோன்றவில்லை? வயது பெண்ணின் மார்பை ரசிக்கும்போது பசியால் அழுது துடித்த அவனுக்கு பல வருடங்கள் அவனின் தாயின் மார்பால் மட்டுமே பசியாற்றபட்டது நினைவிற்கு வரவில்லையோ? பிஞ்சு குழந்தையின் அழுகுரல் கேட்கும் போது அவர்களுக்கும் ஒரு பெண் பிறப்பால் என்று தோன்றவில்லையோ? உடையினாலும், உடலின் தோற்றத்திலும் தான் இங்க பெண்களுக்கு அநியாயம் நடக்கிறது என்றால், பிறந்த குழந்தையின் உடல் எந்த எண்ணத்தை தோற்றுவித்தது? அவளின் உடை எந்த காமத்தை தூண்டியது? உடை இல்லாமல் தாயின் வயிற்றில் பத்துமாதம் பத்திரமாகத் தானே இருந்தாள் அவள் ?

இங்கு குற்றம் யாருடையது?

மரத்தின் கண்ணீர்

சரசரவென வீசக்கூடிய சாரை காற்று உடலை சிலிர்க்க வைக்க, காற்றாலே விழும் இலைகள் முகத்தில் முத்தமிட்டது. அதிகாலையின் குளிர்ச்சியோடு விடிகிறது அன்றைய பொழுது. ஆட்டின் கழுத்தில் கட்டியிருந்த மணியோசையை கேட்டு மணி எழுந்தான். கண் திறக்க முடியாமல் கண்களை சிமிட்டிக் கொண்டே சூரியனைப் பார்த்தான். கதவை திறந்து கால்களை வெளியில் வைக்கும்போது புற்களின் மேல் விழுந்திருந்த பனித்துளிகள் இதமான சுகத்தை தந்தது. வீட்டின் முன் நின்று கொண்டிருந்த ஆலமரத்தில் தன் வீட்டை கட்டியமைத்திருந்த குருவிகளின் இசையும், பாடலும் கேட்கையில் செவிகளுக்கு விருந்தாக இருந்தது. தலைகீழாக தொங்கிக் கொண்டிருந்த தூக்கணாங்குருவியின் கூட்டிலிருந்து எட்டிப் பார்த்த குருவின் அழகை தன்னுடைய கழுத்தை சாய்த்து ரசித்துப் பார்த்துக் கொண்டிருந்தான் மணி. வீட்டை சுற்றிலும் முழுவதும் மரம். வீட்டை சுற்றி மரம்

உள்ளதா? இல்லை, மரத்தின் நடுவே வீடு கட்டப்பட்டு உள்ளதா? என்ற எண்ணம் தோன்றும் அளவிற்கு கண்களை ஈர்க்கும் பசுமையான இடம் அது. இப்பொழுது அவனுக்கு வயது 20. தன்னுடைய கல்லூரிப் படிப்பை முடித்து விட்டு இப்பொழுது ஒரு பன்னாட்டு நிறுவனத்தில் பணிபுரிந்து வருகிறான். செழுமையோடு சேர்ந்து வழமையாக வாழ்ந்து வருகிறான். தன் பணிக்கு செல்வதற்காக புறப்பட்டுக் கொண்டிருந்தான் மணி. வாசலில் ஓடிக்கொண்டிருந்த ஓடையில் குளித்துவிட்டு வெளியில் வீசிய வெயிலைக் கொண்டு துவட்டிவிட்டு புறப்பட்டான். சிறிது காலம் கழிந்தது. அவன் சம்பாதித்து சேமித்த பணத்தில் கார் வாங்கினால். அதை நிறுத்துவதற்காக அவன் வீட்டின் அருகில் இருந்த மரத்தை வெட்டி சாய்த்தான் அதில் கூடு கட்டியிருந்த பறவைகள் அனைத்தும் தன்னுடைய குஞ்சுகளுடன் பறந்து சென்றது. இதுவரை அதிகாலையின் குளிர்ச்சியை மட்டும் உணர்ந்து கொண்டிருந்த காலை பொழுது அன்றைய விடியலின் போது சற்று வெப்பமாக இருந்தது. புதிதாக இன்று மணி தன் கதவை திறந்தவுடன் அதிகாலையின் வெயில் அவனுடைய முகத்தில் விழுந்தது. அதற்கு காரணம் எப்பொழுதும் வெயிலை தாங்கிக்கொண்டு நிழலை தரக்கூடிய மரம் அங்கில்லை. வேலையின் பழுவோடு காலங்கள் நகர்ந்தன. பராமரிக்க நேரமின்றி மணியின் தோட்டங்களும் மரங்களும் செடிகளும் தலைகுனிந்து காணப்பட்டன. காலப்போக்கில் மணி தன்னுடைய வீட்டை நாகரிகமாக மாற்றியமைக்க வேண்டும் என்று நினைத்து வீட்டின் முன் எப்பொழுதும் காவலாய் நின்றுகொண்டிருந்த மரங்களை எல்லாம் வெட்டி சாய்த்தான். புற்கள் செடிகளை எல்லாம் அகற்றிவிட்டு

சுற்றிலும் வேலி இட்டு வீட்டை ஒரு கூண்டை போல் மாற்றினான். மரத்தை சாய்த்துக் கொண்டே இருந்ததன் காரணமாக வீட்டின் அருகே ஓடிக்கொண்டிருந்த நதி கொஞ்சம் கொஞ்சமாக வற்றத் தொடங்கியது. காலங்கள் கடந்து கொண்டே சென்றது. அவன் குளிப்பதற்கும் குடிப்பதற்கும் தண்ணீரை விலை கொடுத்து வாங்கும் நிலைக்கு வந்துவிட்டான். ஒருநாள் இரவு பணியை முடித்துவிட்டு வீடு திரும்பினான். மிகவும் களைப்பாகவும், சோர்வாகவும் காணப்பட்டான். மிகவும் பசியுடன் காணப்பட்டான்.தான் கடையில் வாங்கி வந்த உணவு பொட்டலத்தை பிரித்து உண்ண ஆரம்பித்தான். சாப்பிட்டுக் கொண்டிருக்கும் பொழுது திடீரென உணவு தொண்டையில் சிக்கியது. சாப்பாடு மூக்கில் ஏறியது. குடிக்கத் தண்ணீர் தேடி ஓடினான். காலையில் பணிக்குச் செல்ல தாமதமானதால் வண்டி தண்ணீரை பிடித்து வைக்காமல் சென்றது ஞாபகத்திற்கு வந்தது. வீட்டில் உள்ள அனைத்து குடங்களையும், பாத்திரங்களையும் எடுத்து பார்த்தபோதிலும் தண்ணீர் கிடைக்கவில்லை.தொண்டை இறுகத் தொடங்கியது. கண்களிலிருந்து கண்ணீர் ஊற்றுகிறது. தாங்க முடியாமல் வாசற்கதவைத் திறந்து நதியை நோக்கி ஓடினான்.அங்கு அவனுக்கு பேரதிர்ச்சி நதி முழுமையாக வற்றியிருந்தது. அங்கும் தண்ணீர் இல்லை. தாகத்தால் தொண்டை வரண்டு இருமல் நிற்காமல் வந்து கொண்டே இருக்கும் நிலையில் அவன் வெட்டி சாய்த்த ஆலமரம் இருந்த இடத்தில் கழுத்தை பிடித்துக் கொண்டே அவனும் சாய்ந்தான். அன்று ஆல மரம் சாய்ந்தது இன்று அவன் உயிர் சரிந்தது.

விலைமாதர்கள்

◆

"ஆ" வலிக்கிறது, கொஞ்சம் மெதுவாக என்று வலியோடு கூறினால் அவள். கொஞ்சம் பொறுமையாக என்று வலியுடன் கூறிக்கொண்டே இருந்தாள். ஆனாலும், அது அவனின் செவிகளை எட்டவில்லை. நேரம் சாயங்காலம் ஐந்து ஆகியது. அவள், போதும் குழந்தைகள் பள்ளியிலிருந்து வரும் நேரமாகிவிட்டது நான் செல்கிறேன் என்று கூறிக்கொண்டே தன்னுடைய உடைகளை அணிந்து கொண்டாள். அவளின் மீது 500 ரூபாய் நோட்டை விட்டு எறிந்தான் அவன். கூட ஒரு இருநூறு ரூபா கொடுத்தீங்கன்னா நல்லா இருக்குமுன்னு அவ பணிவுடன் கேட்டா. அதெல்லாம் கூட கொஞ்ச நேரம் எப்ப நீ இருக்கியோ அப்பதான் தருவேன் இப்ப இதை பொறுக்கிட்டு கிளம்புன்னு குரலில் ஆணவத்தோடு சொன்னா அவன். அங்கிருந்த பணத்தை எடுத்துக்கொண்டு வாசலில் அமர்ந்திருந்த தன் ஒரு வயது குழந்தையை தூக்கிக் கொண்டு வீட்டை நோக்கி புறப்பட்டாள். தன்னிடம் இருந்த பணத்தில் குழந்தைக்கு பாலும் சமைப்பதற்கு சிறிது

காய்கறிகளையும் வாங்கிக்கொண்டு வீட்டை நோக்கி புறப்பட்டாள். கதவிற்கு பதிலாக சாத்தி வைக்கப்பட்டிருந்த பலகையை தூக்கி ஓரமாக நிறுத்திவிட்டு குடிசைக்குள் சென்றாள். அவள் இடுப்பிலிருந்து குழந்தையை இறக்கிவிட்டு, கையில் மீதம் வைத்துள்ள பணம் எவ்வளவு இருக்கிறது என்று எண்ணுவதற்காக அதை எடுத்தாள். அவள் கைகளிலிருந்து படக்கென அதைப் பிடிங்கினான் வட்டிக்காரன். ஐயா ! குழந்தைக்கு பள்ளிக்கூடத்திற்கு பணம் கட்டணும் ஐயா. கொஞ்சம் பொறுத்துக்கங்க நான் எப்படியாச்சும் 2 நாளுல கொடுத்துடுறேனு காலில் விழுந்து கெஞ்சினாள். இதுவே நீ கொடுக்க வேண்டியதில கால்வாசி கூட இல்லை இதையும் உன்கிட்ட திருப்பிக் கொடுக்கணுமா? மீதிவட்டிய மரியாதையா இரண்டு நாளுலக் கொடுக்குற வழியப்பாரு. உன் புருஷன் நோக்காடுல படுத்து இருந்தப்ப ஆஸ்பத்திரியில சேர்க்கணும்னு காசு வாங்குன. ஆனா கடைசியில அவனை பாடையில தான அனுப்புன. வாக்கரிசி போடும் போது போட்ட காசை பொறக்கி கொடுத்திருந்தாக் கூட இந்நேரத்துக்கு பாதி கடன் அடைஞ்சிருக்கும். போ, போய் கடனை அடைக்கிற வழியப் பாருன்னு சொல்லிட்டே காசு எல்லாத்தையும் கொண்டு போய்ட்டான் வட்டிக்காரன். பள்ளிக்கூடத்துக்கு போன மூத்த பொண்ணு வீட்டுக்கு வந்து சேர்ந்தா. நாலாம் வகுப்பு படிக்கிற அவ பழைய சட்டையையும் பாவாடையையும் போட்டுகிட்டு பள்ளிகூடத்துல இருந்து வந்து அவ அம்மா முன்னாடி நின்றாள். அவ அப்படி நிக்கும்போதே மனசுக்குள்ள மக இன்னைக்கு என்ன கேட்கப் போறாளோனு பதைபதைத்துப் போனா. இன்னைக்காச்சும் சிலேடு

வாங்கிட்டு வந்தியாமா? உன்னால நான் தினமும் வகுப்புக்கு வெளியே நிக்கிறேன். சொல்லுமா, வாங்கிட்டு வந்தியா? இல்லையா? என அவ கேட்டுக்கிட்டே இருக்கும்போது கண்டிப்பா நான் நாளைக்கு வாங்கி தரேன்னு கலக்கத்தோடு சொன்னா. அதக் கேட்ட அந்த குழந்தை முகத்தை சோகமாக மாத்திட்டு ஒரு மூலையில் போய் உட்கார்ந்துட்டா. அவளுக்கு எப்படி சொல்லி புரிய வைக்கிறதுன்னு தெரியாம இவளும் கவலையோடு போய் சமைக்க தொடங்கினா. அன்றைய பொழுதும் போனது. காலையில எழுந்ததும் உளுத்துப்போன ரேஷன் அரிசியில கஞ்சிய காய்ச்சி மகளுக்கு கொடுத்துவிட்டு பள்ளிக்கு அனுப்பி வைத்தாள். அம்மா இன்னைக்கு நீ சிலேடு வாங்கித் தராம இருந்திரா நாளையில இருந்து நான் பள்ளிக்கூடத்துக்குப் போக மாட்டேன்னு சொல்லிகிட்டே புத்தகப் பையை தூக்கி தோளில் போட்டுகிட்டு நடையை கட்டுனா. எப்படியாவது அந்த சிலேடை இன்னைக்கு வாங்கிறனும்ணு யோசிச்சுக்கிட்டே குளிக்கப் போனா அந்த தாய். ஜில்லுனு இருந்த அந்த உப்பு தண்ணீர மேல ஊத்துனதும் உடம்பெல்லாம் தீயா எரிஞ்சது. மேனியில இருந்த நகக்கீரல்களும் பல் பதிந்து ரத்தம் வந்த காயங்களும்தான் அதற்கு காரணம். தன்னோட கணவர் இருந்திருந்தால் இந்த நிலைமை வந்திருக்குமானு தாயும், தந்தையும், எந்த ஆதாரமும் இல்லாத அவ தண்ணீரோடு தன்னோட கண்ணீரையும் சேர்த்து குளிச்சிட்டு புறப்பட்டா. வழக்கமா போற வீட்டுல இருக்குறவன் கிட்ட வேற யாராவது இருந்தா சொல்லுங்க நான் போறேன்னு சொல்லுறா. அவளுடைய தோள்களுலத் தன்னோட பற்களப் பதிச்சு

இருந்த அவன் அவளோட முகத்தை பார்த்து ஏன்? உனக்கு இப்ப இருக்கிறது பத்தலையா இன்னும் அரிப்பெடுக்குதானு அவள பார்த்து கேவலமா கேட்டான். அதுக்கு எல்லாம் பதில் சொல்லி விளக்க முடியாத அவ முகத்தில ஒரு புன்னகையோடு தன்னோட முந்தானைய அவிழ்த்தா.

இங்கு உடலை விற்பவர்கள் யாரும் சுய இன்பத்திற்காகவும், பணத்திற்காகவும் மட்டும் அதை செய்வது இல்லை. ஏதோ, ஒரு கஷ்டத்திற்காகவும், தன் குடும்பத்திற்காகவும், தன் குழந்தைகளுக்காகவும் என பல சூழ்நிலைகளால் இதனுள் தள்ளப்படுகிறார்கள். விற்பது உடலாக இருந்தாலும் அதனுள் வலித்துக் கொண்டே துடிப்பதும் அவர்களுடைய இதயம்தான்.

காமுகன்

அழகின் வடிவாய் அங்கம் தரித்தவள் தான் வடிவு. இளம் வயதிலேயே திருமணம் செய்து கொடுக்கப்பட்ட அவளுக்கு அந்த வாழ்க்கை நரகம். தன்னைவிட வயதிலும் உருவத்திலும் பெரிய ஒரு ஆண் என்று சொல்லப்பட்ட அரக்கனை அவளுக்கு திருமணம் செய்து வைத்தனர். தினமும் உணவு சமைத்து வைத்து காத்திருக்கும் அவளின் விழிகள் இரவில் தூக்கத்திற்கும் ஓய்விற்கும் பதிலாக கண்ணீரையும் கவலையையும் தான் ஏந்திக் கொண்டிருந்தது. ஒவ்வொரு இரவும் அந்த அரக்கனின் கோரப்பிடியில் அவளின் வாழ்நாள் கழிந்தது. கனவனாக இருந்த பொழுதும் அவனின் கொடூரமான குணங்களால் அவனைப் பார்த்து அவள் பயத்து கொண்டேதான் இருந்தாள். காலப்போக்கில் அவர்களுக்கும் இரு குழந்தைகள் பிறந்தன. ஆனபோதும் அவனின் மனம் சற்றும் மாறவில்லை. அன்றிரவும் அவன் கணக்கில்லாமல் குடித்து விட்டு வீடு திரும்பினான். உறங்கிக் கொண்டிருந்த தன் மனைவியை அவளின் கால்களை பிடித்து தரதரவென இழுத்துப்

போட்டு அடிக்க தொடங்கினான். என்ன நடக்கிறது என்றே தெரியாமல் தூக்கம் கலைந்து தன் பிள்ளைகளை தூக்கிக்கொண்டு தன் தாயின் வீட்டை நோக்கி ஓடினாள் அவள் .ஒவ்வொரு நாளும் இவ்வாறே கழிந்தது. சிறிது காலம் சென்றது குழந்தைகள்சற்று பெரியவர்கள் ஆகினர். நள்ளிரவு ஆகியும் வடிவின் கணவர் வீடு வந்து சேரவில்லை. அவள் கண்விழித்து காத்துக் கொண்டிருந்தாள். இரவு 2 மணி ஆகியது. அப்பொழுது நடக்கக் கூட முடியாத நிலையில் தள்ளாடிக் கொண்டே அவன் வீடு வந்து சேர்ந்தான். அவன் வந்து அமர்ந்தவுடன் வடிவு உணவை எடுத்து வைத்தால். அந்த உணவை அவளுடைய முகத்திரேயே விட்டுஎறிந்தான் அந்த அரக்கன். அவளின் முகம் வீங்கும் அளவிற்கு அடித்துவிட்டு வாடி படுக்கைக்கு என்று கூக்குரலிட்டான். குழந்தைகள் ஒருபுறம் தூங்கிக்கொண்டிருக்க இவன் அவளுடைய ஆடைகளை கிழித்து எறிந்தான். மோகம் என்ற பெயரில் உடல் முழுவதுமாக காயப்படுத்தினான்.அவளுடய மார்கிழித்து ரத்தம் சொட்டசொட்ட கடித்து குதறினான்.வலி தாங்க முடியாமல் கத்தி துடித்தாள் அவள். தாயின் அலறலை கேட்டு எழுந்த மகன் ஆடையின்றி வலியால் துடித்துக்கொண்டிருந்த அவளை அவனிடமிருந்து காப்பாற்ற அந்த அரக்கனை கீழே தள்ளினான். தன் தாயிற்கு வேறு ஒரு ஆடையை எடுத்து அவனே போட்டுவிட்டு அங்கிருந்து வெளியே கூட்டி சென்றான். ஒவ்வொரு நாளும் இதே போன்று அவனின் கொடூரங்கள் தொடர்ந்து கொண்டே இருந்தது. சிறிது காலம் ஆனதும் அந்த அரக்கன் நோய்வாய்ப்பட்டு படுக்கையில் விழுந்தான். எத்தனை கொடுமை செய்த போதிலும் அவள் இரக்கம் கொண்டு அவனுக்கு சேவகம்

செய்து வைத்தியம் பார்த்துக் கொண்டிருந்தாள். ஆனால் அந்த அரக்கனின் உடல்நிலை மோசமாக சென்றது. அன்று விடியலின் போது அவன் மரணமடைந்துவிட்டான். எல்லா சடங்குகளையும் முடித்து விட்ட பின்பு அவளின் தாலியை வெட்டி எடுத்தனர். கண்ணீர் விட்டு அழ வேண்டி அவள் முகத்தில் புன்னகைத்தாள் இனி என் கழுத்தை இந்த கயிறு நெறிக்காது என்று, அவளின் வளையல்கள் உடைக்கப்பட்ட போது அவள் மகிழ்ச்சி அடைந்தாள் இனிமேல் இது உடைந்து எந்த காயமும் என் உடம்பில் ஏற்படாது என்று நினைத்து. நெற்றியில் குங்குமம் அழிக்கப்பட்டபோது விடுதலை அடைந்ததை போல் அவள் கண்கள் ஒளி வீசியது இனிமேல் என் உடம்பிலிருந்து இதன் நிறத்தில் உதிரம் கொட்டப்போவதில்லை என்று நினைத்து. அனைத்தும் முடிந்தபின் சில நாட்கள் ஓடின. மகிழ்ச்சியுடன் கூடிய புன்னகையுடன் அவள் தலையில் பூ சூடிக்கொண்டால். கைகளில் வளையல்கள் அணிந்து கொண்டால்.

நரகாசுவரனின் மரணம் மட்டுமல்ல, இன்னும் சில அரக்கர்களின் மரணம் கூட சிலர் வாழ்வில் மகிழ்ச்சியை ஏற்படுத்துவதாகதான் உள்ளது.

மறுமணம்

அவளின் கைகள் அவனுடைய தலையை தடவுகிறது. அவனின் நெற்றியில் முத்தமிடாள் அவள். அவனை தயார் செய்து அவனுக்கு உணவை ஊட்டுகிறாள் அவள். மகிழ்ச்சியாக அமர்ந்து அதை உண்டு கொண்டிருக்கிறான் அவன். அன்பு சாப்பாடு போதுமா? என்று கேட்டுக்கொண்டே அவனுடைய வாயை துடைத்து விடுகிறாள் அவள். அவன் போதும் என்று கூறியவுடன் அவனை தூக்கிக்கொண்டு கடைவீதி எல்லாம் சுற்றி வருகிறாள். அவளோடு இருக்கையில் அவன் ஆனந்தத்தை மட்டுமே அனுபவிக்கிறான் அம்மா என்ற வார்த்தையே அவனுடைய அகிலம் ஆக அமைந்தது. அவன் பள்ளிக்கு செல்ல ஆரம்பித்தான். அவனுக்காகவே கடவுள் கொடுத்த வரமாக அவனுடைய தோழி கிடைத்தாள். அவனுடைய தாயைப் போன்ற மிகவும் அன்போடும் இரக்கத்தோடும் அவனைப் பார்த்துக் கொண்டாள். அவள் உணவை அவனுடன் பகிர்ந்துதான் உண்ணுவாள் அவள். அவன்

கைகளைப் பிடித்து தான் அவனைப் பள்ளிக்கு அழைத்துச் செல்லுவாள். ஒன்றாகத்தான் விளையாடுவார்கள். எங்கு சென்றாலும் ஒன்றாக சேர்ந்து தான் செல்வார்கள். ஏன்? ஒருவர் தவறு செய்தால் கூட இருவரும் சேர்ந்து தான் அந்த பலியையும் ஏற்றுக்கொள்வார்கள் இப்படியே அவர்களுடைய பள்ளிப்படிப்பு முடிந்தது. இருவரும் இணைந்து கல்லூரியிலும் சேர்ந்து படித்தனர். தாய் மற்றும் தோழியின் அரவணைப்பில் அடைகாத்தக் கோழிக்குஞ்சை போன்று அவன் இதமான அன்பிற்கு நடுவில் வாழ்ந்து கொண்டிருக்கிறான். இருவரும் படித்து முடித்தனர். நல்ல வேலையும் கிடைத்தது. கைநிறைய சம்பாதிக்க தொடங்கினார்கள். சிறிது வருடம் புரண்டவுடன் அவளுக்கு திருமணம் ஏற்பாடு செய்து திருமணம் நடத்தி வைக்கப்பட்டது. இப்பொழுது அவள் இன்னொருவரின் கரம் பற்றிய மனைவியாக மாறிவிட்டாள். அதே நேரத்தில் இவனுக்கும் திருமண வைபோகம் ஏற்பாடு செய்யப்பட்ட மிகவும் விமர்சையாக நடந்தது. இப்பொழுது அவனின் தாயிற்கும் தோழிக்கும் சேர்த்து இருவரின் அன்பையும் மனைவி என்னும் பெயரில் அவள் கொடுத்துக் கொண்டிருக்கிறாள். வளர்ந்த போதிலும் தன் கணவனை குழந்தையைப் போன்று குளிக்க வைப்பது, உணவை ஊட்டி விடுவது, சேலையால் அவன் தலையை துடைத்து விடுவது என அவனை அரவணைத்து பாதுகாத்தாள். அன்புக்கும் அரவணைப்புக்கும் பஞ்சமில்லா அவளின் அன்பின் குடையில் அவன் நிழலாறிகொண்டு வாழ்ந்தான். காலங்கள் வெகுவிரைவாக புரண்டு ஓடின. திடீரென ஒரு நாள் அவனுடைய மனைவியின் உயிர் தூக்கத்திலேயே பிரிந்தது. இந்த வேதனையை தாங்க

முடியாத அவன் அனலில் இட்ட புழுவாய் துடித்தான். அன்பின் நிழலில் மட்டுமே வாழ்ந்து கொண்டிருந்த அவனுக்கு இப்பொழுது தனிமை மட்டுமே எஞ்சியுள்ளது. அம்மா, தோழி, மனைவி என இவர்களின் அரவணைப்பிலும் வழிகாட்டுதலிலும் மட்டுமே வாழ்ந்து கொண்டிருந்த அவன் இப்பொழுது செய்வது அறியாது பாதி பைத்தியக்காரனாய் மாறிவிட்டான். அன்பு என்ற பெயர் கொண்ட அவனுக்கு இப்பொழுது கிடைக்காதது அன்பு ஒன்றுதான். தற்போது அவனுடைய வயது 45. தனிமையில் சிறிது நேரம் கூட வாழ முடியாமல் வாடி வதங்கினான். வெளியில் சென்று அமைதியைத் தேட வேண்டும் என்று அவன் வீதிவீதியாக திரிந்தான். ஒருநாள் ஒரு ஆதரவற்றோர் இல்லத்திற்கு சென்ற போது அங்கு குழந்தைகளை பாதுகாத்து பராமரிக்கும் ஒரு பெண் ஒருத்தியைப் பார்க்கிறான். தன் தாயைப் போன்று அந்த குழந்தைகளின் மீது அவள் அன்பு காட்டுவதை பார்க்கிறான். தன் தோழியை போல அவர்களை வழிநடத்துவது பார்க்கிறான். தன் மனைவியைப் போல அவர்களை அரவணைப்பதைப் பார்க்கிறான். ஏதும் தயக்கமின்றி அவளிடம் சென்று என்னை திருமணம் செய்து கொள்கிறீர்களா? என்று கேட்கிறான். வெள்ளை நிறப் புடவை அணிந்த அந்த விதவைப் பெண்ணும் அதை ஏற்கிறாள். இருவரும் திருமணம் செய்து கொண்டனர். இப்பொழுது அவளுடைய அன்பிலும் அரவணைப்பிலும் இவன் வாழத் தொடங்குகிறான்.

மறுமணம் என்பது வெறும் உடலின் தேவைகளுக்காக மட்டுமல்ல. சில மனிதர்களின் மனதின் தேவைகளுக்காகவும் தான்!..

திருநங்கை

குளியலறையில் பாடிக்கொண்டே குளித்துக் கொண்டிருந்தான் அர்த்தன். சீக்கிரம் வாடா அர்த்தா உனக்கு அர்த்தானு பேரு வச்சதுக்கு பதிலா அர்த்தமே இல்லாம பிறந்தவனு பெயர் வைத்திருக்கலாம். ஒன்னுக்கும் அடங்குவது இல்லன்னு சத்தமிட்டு கொண்டே சமைத்துக் கொண்டிருந்தாள் அவனுடைய தாய். குளித்துவிட்டு வந்தவன் கண்ணாடியின் முன் நின்று தன்னை தானே ரசித்துக்கொண்டிருந்தான். அங்கிருந்த தன் தாயின் குங்குமத்தை எடுத்து நெற்றியில் சூடிகொண்டான். கண்களுக்கு மையிட்டும் உதட்டில் சாயம் பூசியும் அழகு பார்த்துக் கொண்டிருந்தான். திடீரென அடுப்பங்கரையில் சமைத்துக் கொண்டிருந்த தாய் உள்ளே நுழைந்து இவனைப் பார்த்தால் ஐயோ! ஐயோ! என்ன கொடுமையிது என் தலையில இடி விழுந்துருச்சு என்று கத்திக் கூப்பாடு போட்டால். ஓடிவந்த அர்த்தனுடைய அப்பா அவன் காதோடு சேர்த்து ஓங்கி அறைந்து கழுத்தை பிடித்து வெளியே போடா

நாயென்னு தள்ளினார். அழுதுகிட்டே அங்க இருந்து புறப்பட்டான் அர்த்தன். அங்கிருந்து சென்று தன்னால் முடிந்த வேலைகளை எல்லாம் செய்து பணத்தை சேர்த்தான் அவன். எப்படியாவது உடல் உறுப்பு மாற்று அறுவை சிகிச்சை செய்ய வேண்டும் என்று காசு சேர்த்து எல்லாத்தையும் எடுத்துக்கிட்டு பெரிய ஆஸ்பத்திரியா பாத்து உடல் உறுப்பு அறுவை சிகிச்சை செய்து முடித்தான். முழுமையாக பெண்ணாக மாறினான். இதுவரை அவன் இப்போது அவள். ஆசைப்பட்டு செஞ்ச அறுவை சிகிச்சைனா மட்டும் அறுத்த இடம் வலி இல்லாமல் இருக்க போகுதா? நேரம் ஆக ஆக அவனுடைய வழிய அவள் உணருரா. உடம்பிலிருந்து ஒரு உறுப்பை அறுத்து எடுத்தா எவ்வளவு வலிக்கும் என்று கொஞ்சம் யோசிச்சு பாருங்க. வலியால ரொம்பவும் அவதிப்பட்டாள். உறுப்பு மாற்றம் செய்ததால அது சரியான அமைப்பில இருக்கணும்னு தினமும் கொதிக்கிற சுடுதண்ணீரை அதுல ஊத்தினாங்க. வேதனைக்கும் மேல வேதனை. காயங்களில் தொடர்ந்து சுடு தண்ணீரை தினமும் ஊத்துனாங்க. அப்படி ஊற்றினால் தான் அது சரியான முறையில் இருக்குமாம். பிறப்பிடம் தினமும் சுடு தண்ணீரால் வெந்து வெந்து மரத்துப் போச்சு. இதோட அந்த சிகிச்சை முறையும் முடிஞ்சிருச்சு. அர்த்தன் தன்னோட இடத்துக்குத் திரும்பினா. அதுவரை ஆண்களுடைய உடைய மட்டுமே அணிந்து கொண்டிருந்த அவன் முழுமையான பெண்ணாக தன்ன உடையையும் ஆபரணங்களையும் வைத்து அலங்கரித்துக்கொண்டு வேலை பார்க்கப் புறப்பட்டான். ஆனால் அங்கு எல்லாம் தலை கீழாக மாறிவிட்டது. இப்போது யாரும் அவனை வேலைக்கு சேர்த்துக் கொள்ள விரும்பவில்லை. ஒரு ஓம்போதுக்கு

இங்க இனி வேலை கிடையாது என்று சொல்லி அனைவரும் சேர்ந்து அடித்துத் துரத்துகிறார்கள். அவளும் தெருத்தெருவாக வேலை தேடி அலைகிறாள். ஆனால் திருநங்கை என்பதன் காரணமாக அவளுக்கு யாரும் வேலை தரவில்லை. பசியாலும் பட்டினியாலும் தினம் தினம் கொஞ்சம் கொஞ்சமாக சாகிறாள். வேலை கிடைக்காத நிலையில் அனைவரிடமும் கையேந்தி பிச்சை எடுக்கிறாள். ஆனால் அப்பொழுதும் இந்த சமூகம் அவளை பார்த்து கை கால்கள் நன்றாக தானே உள்ளது? உழைத்து சாப்பிடுவதற்கு வலிக்கிறதா? என்று அடித்துத் துரத்தியது. பசியால் எழுந்து நிற்கக் கூட முடியாமல் சாலையோரத்தில் ஒரு மரத்தின் இருட்டின இரு கால்களையும் நீட்டி ஒன்றின்மீது ஒன்றாக போட்டு படுத்து இருந்தாள். அப்போது அங்கு வந்த ஒருவன் அவளுடைய முகத்தில் நூறு ரூபாய் நோட்டை போட்டான். அதை எடுத்துப் பார்த்த அவள் அவனை கண் திறந்து பார்த்தாள். அவன் அவளுடைய கால்களின் அருகில் நின்று கொண்டு அவளையே பார்த்துக் கொண்டு இருந்தான். அவள் புன்னகையுடன் சேர்த்து தன் கால்களையும் விரித்தாள். இதற்குப் பிறகு இந்த சமூகம் அவளுக்கு ஒதுக்கிய வேலை இதுதான். அடுத்த நாளிலிருந்து அவள் அர்த்தநாரீஸ்வரியாக தன் வாழ்வை வாழத் தொடங்கினாள்.

சிவனும் சக்தியும் சேர்ந்து ஆண் பாதி பெண் பாதி என்று கலந்து எடுத்த அவதாரம் அர்த்தநாரீஸ்வரன் அவதாரம் கடவுளாக வணங்கப்படுகின்றது. ஆனால் ஒரு ஆண்மை பெண்மையாக மாறும் போதும் பெண்மை ஆண்மையாக மாறியும் இரண்டும் கலந்து வாழும்

பொழுது அவர்கள் மனிதர்களாக கூட இந்த சமூகத்தில் பார்க்கப்படுவதில்லை.

இந்தத் தொழில் அவர்களுக்கு யார் அளித்தது? நீங்களும்!நானும் தான்!

நன்றி

www.ingramcontent.com/pod-product-compliance
Lightning Source LLC
Chambersburg PA
CBHW021833100726
47976CB00044B/944